# ஆகச்சிறந்த ஆசைகள்

( கவிதை தொகுப்பு )

## கவிஞர் கோகுல் காளியப்பன்

கவிஞர் கோகுல் காளியப்பன்
புக் பெஞ்சர்ஸ்

**ஆகச்சிறந்த ஆசைகள்**
ஆசிரியர் © கவிஞர் கோகுல் காளியப்பன்

முதற்பதிப்பு 2021
பக்கங்கள் 127

Published by Book Benchers 2021


ISBN 978-93-91423-14-8

ThebookBenchers@gmail.com
Contact 9944992571

Afflicated By
Aelay Publish
www.aelaypublish.com

# தொகுப்பாளர்

இந்த புத்தகத் தொகுப்பாளர் கவிஞர் கோகுல் காளியப்பன். இவர் தர்மபுரி மாவட்டம் பொம்மிடி அருகே சந்தனூர்மேடு எனும் கிராமத்தில் காளியப்பன் - செல்வி அவர்களுக்கு மகனாய் பிறந்தவர். இவர் இயந்திரவியல் பொறியியல் படித்து தற்போது சக்தி ஆட்டோகாம்பொனான்ட் நிறுவனத்தில் பணியில் உள்ளார்.

பதினாறாம் வயதின் பருவக் கிறுக்கல்களாய் ஆரம்பித்த இவரின் வரிகள் படிப்படியாக கணினிப்படி ஏறி ஒருவழியாக மொழிப்பெயர்ப்பாளர், கவிஞர், எழுத்தாளர் செ. நடேசன் ஐயாவின் வழிகாட்டுதலின் பேரில் தமுழகச மாநில உறுப்பினர் ஆர். ஈஸ்வரன் அவர்கள் முன்னுரை வழங்க படைப்பாளிகளை இனம் கண்டு ஆதரவளிக்கும் பதியம் பதிப்பகத்தின் கவிஞர் பாரதிவாசன் அணிந்துரை வழங்க செப்டம்பர் 2019ல் வழிப்போக்கனின் வாய்மொழிகள் என்ற இவரது முதல் கவிதை நூல் வெளியிடப்பட்டது.
இது இவரின் முதல் புத்தகம் என்பதால் இப்புத்தகத்தை "பொறியாளனின் பொக்கிஷம்" என்றும் குறிப்பிடுகிறார் கவிஞர்.

கலைஞரின் செம்மொழி விருது மற்றும் ஏப்ரல் 23 2021
உலக புத்தக தினத்தை முன்னிட்டு சக்தி
ஆட்டோகாம்பொனான்ட் நிறுவனத்திடம் இருந்து
சிறந்த எழுத்தாளர் விருது
ஆல் இந்தியா பூக் ஆஃப் ரேக்கார்ட்ஸ் உலக சாதனை
நிகழ்வுகளான 160 மணிநேர உலக சாதனை மற்றும்
337மணிநேர உலக சாதனை நிகழ்வுகளிலே கலந்து
கொண்டு கவி பாடி உலக சாதனை புத்தகத்தில் இடம்
பெற்றுள்ளார் என்பது குறிப்பிடத்தக்கது.

புத்தக எழுத்தாளர் என்பதைத் தாண்டி PWO எழுத்தாயுதம்
என்ற மாத மின்னிதழில் எடிட்டாராகவும்,
இணை எழுத்தாளராக பல புத்தகங்களில் தம் கவி
வரிகளை பதித்தவருக்கு
"காமராசரின் காவிய நாயகன் விருது " சமீபத்தில்
வழங்கப்பட்டது.

YouTubeல் வழிப்போக்கனின் வாய்மொழிகள் என்ற
கவிதைக்கென்ற பக்கத்தில் தன் கவிகளை பதித்தும்
வருகிறார்.

மேலும் கவிஞர் பற்றிய தகவல்களுக்கு
படவரி பக்கம் :      gokul_stsk
மின்னஞ்சல் முகவரி:  gokul1997j@gmail.com
தொலைபேசி : 9445742500, 7904730223

## <u>தொகுப்புரை</u>:

என்னை உலகுக்கு அறிமுகப்படுத்திய என் தாய்
தந்தையை வணங்கி என்னை உங்களுக்கு
அறிமுகப்படுத்திய என் தாய்த்தமிழின் உதவியோடு
வழிப்போக்கனின் வாய்மொழிகள் என்ற என் முதல்
புத்தகத்திற்கு நீங்கள் கொடுத்த ஆதரவின் வெளிப்பாடாய்
இப்புத்தகத் தொகுப்பு அமையும் என்பதில் பெருமகிழ்ச்சி
அடைகிறேன்.
ஆசை ஆசை ஆசை எத்துனை வகை ஆசை
ஆசையின் மீது ஆசை கொண்டவர்களுக்கான அரிய
தொகுப்பாய் இப்புத்தகம் வெளி வந்திருக்கிறது
என்பதற்குச் சான்றாய்
இப்புத்தகம் அமைய தூண்களாய் இருந்த எம் கவிப்
பெருமக்களின் ஒரிரு வரிகளோடு அவர்களை
உங்களுக்கு அறிமுகம் செய்கிறேன் இதோ...


ஆசைகளை துறக்க சொன்ன
புத்தனும் ஆசைப்பட்டான்!
ஆசையில்லா மனிதனை காண
ஆம்! அப்படியொரு பிறப்பு
இங்கில்லை என்றறியாமல்!

- கவிஞர் கோகுல் காளியப்பன்

மண்ணே வீடாய்,
மண்ணால் முடி,
மண்ணில் உறங்கி,
மண்ணும் சொந்தமாய்,
மண்புழுவாய் வாழ்ந்திட ஆசை!

- ழளுங' (கவாம் நேசகி அபிதா)

-

இந்த பட்டத்தோட பயணிக்க முடியலையே....
மறுபிறவி இருந்துச்சுன்ன மகனாக பிறக்கோணும்
மலடின்னு பேர் வெச்ச
மங்கையரின் வயிற்றில!

- இவள் இயல்பின் இளவரசி வினி

கன்னங்கள் சுருங்கிய காலத்திலும்
காதலில் காமம் காண ஆசை!

-காவியா செங்கொடி

வேப்பமர காட்டில்
வியர்வை கொட்ட விளையாடி,
வெட்டி பேச்சு பேசி மகிழ்ந்து

ம. செந்தில் ராஜா

எழுத்தாளராகும் கனவை
எட்டிப்பிடிக்க எண்ணங்கள்
எழுத்துரு பெற மறுக்கின்றன
என்ன செய்ய?

த. அருணா

ஒரு தாய்க்கு மழலையின்
புன்னகை பார்க்க ஆசை...
ஒரு நண்பனுக்கு நட்பின்
உன்னதத்தை உணர ஆசை....

A. நர்மதா...

பெரும் மதிப்பிற்குரிய;
நிறைந்த பெருமைக்குரிய;
என் தாயின் மணிக்கொடி
கம்பீரமாய் என் வீட்டிலும்
வேண்டும்

ச. த. ரேணுகா

படைத்தவனிடம் பக்தி கொண்டு
வாழ ஆசை இல்லை ஆனால்
உரிமை கொண்டு உறவாக வாழவே ஆசை....

- ரேவதி பால்மாணிக்கம்

இப்படி ஒருபுறம் உன் காதலியாக ஆசை
மறுபுறம், உன்காதலை அனுபவிக்க
மனைவியாக பேராசை...!!!

- அ.ர.கவிதா

மின்மினிபூச்சி இடையே
மின்னலாய் ஒளிர ஆசை...

- கவிதை தமிழச்சி பத்மாவதி

காடுகொன்று நாடாக்கிய நாட்டை
நாடுகொன்று காடாக்க ஆசை
அசோகரை போல் மரம் நட ஆசை.....

- சு. கோகிலா

உலகின் பச்சைகளோடு
என் இச்சைகள் பேசி
கடிகாரம் தொலைத்து
நாட்கள் கழிக்க
பல நாளாய் அடங்காத ஆசை...

-   சந்தியா முரளிதரன


தூரல் போல்
மண்ணில் விழவேண்டும்,
குயில்கள் போல்
இனிக்கப் பாட வேண்டும்,

P.Rithika


வானவில்லின் மீது ஏறி
வண்ணங்கள் தீட்டிட ஆசை!!
விண்ணில் மிதந்திட ஆசை!!
பறவையாய் பறந்திட ஆசை!!

கவிஞர் ர. ரமேஷ்


சாதனை தேடும் வரிகள்
வெற்றி பெறாத தோல்விகள் ...
அழியாத நினைவு
ஆலமர ஊஞ்சல்...

- கவியருவி பா.சரவணன்,

குளிர் காலம் முடியும் வரை
கம்பளி கடைக்கு செல்லாத
குரும்பை ஆடாய் மாற ஆசை

வெற்றி...79

பசியை மட்டுமே அறிந்து
வாழும் சில வறுமை உயிருக்கு
உணவு கொடுக்கச் செய்ய ஆசை கொள்வோம்.

- **நெல்லை சதிஸ்**


விழி தேடும் வழியாய்,
வழி தேடும் ஒளியாய்,
ஒளி தேடும் வளியாய்,
வளி தேடும் வானாய்,

- **சக்திவேல் மாரியப்பன்**


பட்டாம்பூச்சி இறகை வாங்கி
என் கையை கொடுக்கணுமே!!
பனி வந்து விழுகும்போது
நான் புல்லாகா இருக்கணுமே!!

- **கவிஞர். சு. சிவா**

கொட்டும் மழையை காரணம் காட்டி
சுடச்சுட போண்டா பஜ்ஜி
ஆசைக்கென்ன வயது
அனைத்தையும் ருசிச்சுத்தான் பாரு

-பா.கவுசிகா (பார்கவி)

சிறந்த எழுத்தாளர்!
சிறந்த பேராசிரியர்!
சிறந்த கவிஞர்! என்னும் விருதுகள்
என்னை வந்து அடையும்!

- பா.பிரியன்பாபு


வான் வாழ்த்திட பாறையும் சிற்பமாய் கருவூலம்

அலங்கரித்திட சிற்பியின் கரங்களில் நானே!..
வானம் தொட்டிடுவேன்!!..
உளியாகிய நான்!!!...

- மயூரம்


இரவோடு வந்த தெருக்கூத்து ஆசை
பாட்டி தாத்தா சொல்லும் பழங்கதை ஆசை
நாள் முழுக்க விளையாடி வீடு சேர்ந்தாலும்
மின்சாரம் இல்லா குறுகிய நேரத்தில் நடுத்தெருவில்
ஆட்டம்போடும் ஆசை

-பவித்ரா

இறக்கும் தருவாயில்
உயிர் வாழ ஆசை
இடைப்பட்ட வாழ்க்கையில்
ஏதேதோ ஆசை

- இராகுல் கலையரசன்

முடி நரைத்தாலும்
ஆசைகள் நரைப்பதில்லை
முதுமையிலும் முத்தான
ஆசைகள் முளை விடுகிறது!

- **நந்தினி**

ஆசையுடன் தொடங்கி
அவளின் நிறைவேற்ற
முடியாத ஆசைகளை
கனவில் நிறைவேற்றிய
நிறைவுடன் இவள்!

**சுவேதா கண்ணதாசன்**

சிக்கனமா சிரிக்காத ,
சிக்கலுலையும் அழுகாத ,
வேல செஞ்சு அழுக்காத ,
வெயிலுல நடக்காத

**ஞாழல்**

மனிதனின் தீராத ஆசையே
மண்ணையும் அழித்து
தன் இனத்தையும் அழித்து...

**ச. இந்துமதி**

.உன் மடி மீது அமர்ந்து
மௌனமொழி பேச ஆசை...
உன் நினைவில்
வலம் வர ஆசை...

மகிழ்


விளைநிலங்களுக்கு எந்த
விலையுமில்லாமல் நீர் கிடைக்க.,
விவசாயிகளே விதைகளுக்கு உரமாகாமல்.,
விதைத்தவனே விலை சொல்லும்
நிலை வேண்டும்..

-துகிர் தென்றல்..


அரைத் தூக்கத்தில்
சிறிதாய் ஒரு
நெற்றி முத்தம் தந்து
எதிர்பரா அதிர்ச்சிக்குள்
என்னை நீ தள்ள...

-முனைவர் மு. துர்கா தேவி


ஆசைகளோ ஆயிரம் கண்டேன் ,
ஒன்றையாது எதிர்பார்த்து நின்றேன்,
அதை எதிர் நோக்கியும் சென்றேன்


-அன்புத்தமிழன் அருண்

ஆஸ்கரும் வேணாம்..
அங்கீகாரமும் வேணாம்.
எனக்காக நீ எவ்வளவோ அழுதுபுட்ட....
இத படிச்சு புட்டு நீ
சிந்தும் ஆனந்த கண்ணீர் போதும் ஆயுள்
முழுக்க நான் வாழ

- Nishafakru (மு.நிஷா)


போதும் என்றே தோன்றாத
பேராசை புத்தகங்களிடம் !

- க.சௌபர்ணியா


வாகனம் செல்லும் வேகத்தில்
மனம் செல்ல ஆசை...
பிரிவு என்ற சொல்லை
உணராமல் வாழ ஆசை...

- இந்திரலட்சுமி. இ


உனக்கு ஆங்கிலம்
கற்றுத்தர ஆசை
பிறந்தநாளின்போது
உன்னுடன் சேர்ந்து
அனைவருக்கும் உணவளித்தது ஆசை

- மு.ஹர்ஷினி

இருபத்து
ஐந்து வயதில் காதலித்தவளையே
கரம்பிடிக்கத்தான் ஆசை!
கரம்பிடித்தவளை கண் கலங்காமல்
காப்பாற்றத்தான் ஆசை

- தமிழ்மகன் சிவபிரகதீஷ்


திருவள்ளுவராக இல்லை என்றாலும்
திருக்குறளாக இருக்க ஆசை!
காமராஜர் இல்லை என்றாலும்
கடமை வீரராய் இருக்க ஆசை!

- லெ.சு.பவன் பிரணவ்


எண்ண முடியா மாற்றத்தின்
அச்சம் யாவையும்
உனது கூர்முனையால் தழுவி

- ப.ஹரிணி


பார்ப்பவை எல்லாம் கண் பறித்தால்
என்னென்று சொல்வேன் நான் ,
ஆசைகளே உங்களில் பாதி
அத்தியாவசியம் அல்ல ஆடம்பரம் என்று!

- தே.ஷாரிகா

அன்னதரசியாக இருப்பவளுக்கு
ஒரு கோவில் இல்லை என்றாலும்
ஒரு வேலை என் உழைப்பில்
அன்னமிட ஆசை!

- Aswini M


நாற்றுகள் பசுமைபிடிக்கும்;
கண்ணுக்குள் குளுமையடிக்கும்;
வளர்பயிரின் வாசமடிக்கும் வழிகடந்துவர ஆசை..!

- கவிஞர் பாரதி பாஸ்கி


காருக்கு ஆசைப்பட்டு
கால்களை மறந்து விட்டான்
அரண்மனைக்கு ஆசைபட்டவன்
ஆறடி இடத்தில் தானே படுத்துக்கொண்டான்

-வல்லினம் அபிராமி

சிற்றுயிரின்
சிறுநகையை
அதன் பக்கம் இருந்து
ரசிக்க ஆசை....


தமிழரசன் ரா

அர்த்தம் சேர்க்கும் ஆசைகள் சிலவும்
ஆர்ப்பரித்து நிற்கும் வீண் ஆசைகள் பலவும்
வலையில் சிக்கிய மீனை போல
சிக்கிக் கொண்டேன் இதனுள் நானும்

**Maryam Ahamed Jeelani Sikkander**

சன்னதியில் கூட சாதி இருக்கிறது
எரி மேடையில்
எரியும் பிணவாடையில்
ஆசைகள் அடங்கிவிட்டது!!

**மா.வசந்த்குமார்**

தனிமை உள்ளத்திற்கு வசந்தம் வேண்டுமென்றாசை !
எழுதும் கவிஞர்களும் எண்ணற்ற ஆசை

**வெ.நந்தகிருஷ்ணா**

கொட்டும் மழையில் நனைய ஆசை
ஓசையின்றி ஓடிச் சென்றவனை
தடுத்தது அன்னை அவள் குரலோசை;

**இவண் விக்னேஷ்**

நதி அருவிகளில் நீந்தி மகிழ்ந்திட ஆசை!
நிற்காமல் நீண்ட தூர பயணம் செய்ய ஆசை!
பச்சைப்பசேல் புற்களில்
தவழ்ந்து விளையாட ஆசை!

**ம.வனிதா குமணவேல்**

பிடித்த பெண் தேடி வந்து பேச ஆசை;
கல்லூரியில் பிரபலமாக இருக்க ஆசை;
ரோஜாவுடன் முட்டி போட்டு
காதலை சொல்லும் ஒருவர் கிடைக்க ஆசை;

**கவிஞன்.இரா சதீஷ் குமார்**

முதியோர் இல்லத்தில் இருக்கும்
முதியவர்களை தாத்தா பாட்டிக்காக ஏங்கும்
குழந்தைகளிடம் சேர்ந்திடவே ஆசை.....
விவாகரத்து இல்லாத
நீதிமன்றங்களை காணவே ஆசை...

-   **இளங்கவி. சு. தீபிகா**

வேலை கிடைத்ததும்
சொத்து சேர்க்க ஆசை
இப்படி வாழ்நாள் முழுவதும்
ஆசைப்பட்டே
ஆயுள் கழிகிறது!!!

**கவிச்செம்மல். ஆ.நித்ய கல்யாணி**

புலரும் காலைப் பொழுதில்
ஒரு பனித்துளி போல உற்சாகமாக இருக்க
ஆசைப்படுகிறேன்...!

அ. செல்வராஜ்.


நட்புகள் மலர்ந்த
வகுப்பறையில்
மீண்டும் கால்பதிக்க வேண்டும்...!
ஒன்றாய் கூடி ஒருநாள் ரசித்து,
மதிய உணவு உண்ணவே...!

ரஞ்சனி பழனிசாமி


அன்போடு வளர்த்த
தந்தைக்குள் தஞ்சம்
புகுந்து - மார்பினில்
துயில் கொள்ளும்
மழலையாக வாழவே ஆசை!

மாயாதி


உண்மையான உறவுகளின் அன்பினில்
மூழ்கி குளித்திடவே ஆசை;
முன் விட்டு பின் தாக்கும்
மூடர்களின் வலையில்
விழாமலிருக்கவே ஆசை;

உயிர்த்தெழு நதியா.

யாழிசைக்க ஆசை !
அதை யாவரும் ரசிக்க ஆசை
பல நூல் அறிய ஆசை !
சிறு நூலகம் அமைக்கவும் ஆசை !
- **வீ.சபரிகிரிநாதன்**


என் மெத்தைக்கும் மூச்சு வாங்க வேண்டும்....
போதும். போதும் என் ஆசைக்கு
முற்று புள்ளி வைக்கிறேன்... கட்டிலில் இல்லை!
- **ஆ. சத்யா ( கண்ணனின் மீரா )**


அழுது கொண்டே சென்ற பள்ளிக்கு
அம்மாவின் கைப்பிடித்து
மீண்டும் செல்ல ஆசை.....
- **மு.ஐஸ்வர்யா**


உன் கண்மணியின் ஓரத்தில்
என் முகம் தெரிய
வாழ ஆசைதான்
- **பத்மஸ்ரீ வெங்கடேஷ்**


உனக்கான பாதையை நோக்கி
விரைந்து செல்,
உன் ஆசையுடனும் கனவுடனும்,
உன் ஆசைக்கோ என்றும் இல்லை வேலி!
- **நந்தினி மாரப்பன்**

காலமெல்லாம் உனக்கு
அடிமையாகிட ஆசை!
இந்த அடிமையின் அரசன்
நீயோக இருக்க ஆசை!
            - பிரியா


பிரிவினையற்ற சமுகம் கண்டிட ஆசைதான்
பிரச்சினை ஏதும் இல்லா வாழ்வினை
ஒரு நாளாவது வாழ்ந்திட ஆசைதான்
        -    KAARTHIKVEL V.S


கண் பார்வை மங்க
கால்கள் செயல் இழக்க
ஓட்டாத உதடில் உணவை உண்டு
பெற்ற பிள்ளையின் கையய பிடித்து
அன்போடு நான்கு வார்த்தை பேச
        -  கோ. கோகுலகிருஷ்ணன்.


கண்ணீருடன் சிரிப்பு...
பேச நினைத்தும் வார்த்தை இல்லை.
இந்த வெற்றி நேரத்தை ருசிக்க ஆசை.
        -  ஸ்வேதா கஜேந்திரன்


என் கால் தரைபடும் தூரம் வரை
என்னவளின் நிழல் பட ஆசை...
        -  த. கவின்குமார்...

சாதி சமயம் இல்லா
சமூகத்தை பார்த்திட ...
முயற்சி கொண்டு அகிலத்தை வென்றிட...
எல்லை இல்லா வானுடன் பேசிட ..
    - **செ.சினேகா**

பொய்த்துபோன வாக்குகளை நீ
நிறைவேற்ற,ஒருமுறையெனும் எனை நீ முழுமனதாய்
காதலித்து எனக்காக மட்டுமே வாழ ஆசை!
    - **சூ.லெயோ தெபோரா**

வரலாறு படைத்திட ஆசை
வற்றாத கண்ணீர் தான் கிடைத்தன...

சிறகடித்துப் பறக்கத்தான் ஆசை
சிரமங்கள் வரிசை கட்டி நின்றன...
    - **அ.கீர்த்தனா அறிவழகன்**

கவிதைகளை வெற்றுக் காகிதத்தில் நிரப்பி அவற்றை
குப்பைத்தொட்டியில் காணிக்கையாய் வழங்கிய
எம்போன்ற பல கவிஞர்களுக்கு புத்தகம் என்ற
பொக்கிஷத்தில் தம் கவி படிக்க வாய்ப்பு தந்த சகோதரி
ழுஞ' (கவாம் நேசகி அபிதா)

அவர்களுக்கு எம் மனமார்ந்த நன்றிகளையும்
மென்மேலும் அவர் எடுத்த செயல்கள் வெற்றி பெற
வாழ்த்துக்கள்.

              **அன்புடன்**

              **சாரல் துளிகளின் சன்னல் காதலன்**
              **கவிஞர் கோகுல் காளியப்பன்**

## முதல் வணக்கம்

அன்பு கொண்டு ஆருயிர் தந்த
என் அன்னைக்கும்!
தன்னம்பிக்கை கொள்
தாயகம் உனை திரும்பிப் பார்க்கும்;
என்று எனை ஊக்குவித்த என் தந்தைக்கும்;
தாய்ப்பால் போல்
தமிழ்ப்பால் ஊட்டி வளர்த்த
என் தமிழன்னைக்கும்;
எந்தன் அறிவை வளர்க்கும், வழங்கும் ஆசிரியர்களுக்கும்;
நட்பில் சிறந்த நண்பர்களுக்கும்;
கற்பனை எனை வளர்த்தாலும் அந்த
கற்பனை உணர்வை எனக்களித்த அந்த கடவுளுக்கும்;
என் முதல் வணக்கம்!!!!!!!!!!

## ஆசை ஓர் அமிர்தம்!

அருகம்புல் தொடங்கி
ஆறறிவு மனிதன் வரை
அனைவருக்குள்ளும்
ஆசை!

பிள்ளையார் சிரம் சேர
சிறுபுள்ளுக்காசை!
பிள்ளைக்கரு தொடர்ந்தே
பித்தனை மிஞ்சுகிறது
மனிதனின் ஆசை!

எத்தனை எத்தனை
மழலைக்கு எழுந்து நிற்க ஆசை!
கொஞ்சம் நடந்தால்
கொஞ்சும் மொழியில் கொஞ்சி பேச ஆசை!

தொடக்கப்பள்ளி தொடங்கி
பள்ளிப்பருவம் முடிய
கணித வகுப்புக்கு மட்டும்
கடன் கேட்காத ஆசிரியர் காண ஆசை!

பதினாறாம் பருவத்தில்
பட்டும் படாமல்
தொற்றிக் கொண்ட
உறக்கம் கலைக்கும் காதலை உரியவளிடம்
உள்ளபடி உறக்க சொல்லிட ஆசை!

பத்தாவது படிக்கும் போது
பகைவனாய் தெரிந்த
அப்பாவின் கஷ்டம்
பக்குவம் வந்ததும் புரிய
அவர் சுமை குறைக்க ஆசை
அவர் சொன்ன வழி நடக்க ஆசை!

பதினெட்டை பக்குவமாய் கடந்து
இருபதுகளில் இளமை அனுபவித்து
இருபத்திரண்டில் பணி சேர்ந்து
இருபத்தைந்தில் திருமணம் முடிந்து
இன்னும் இன்னும் சொல்லிக்கொண்டே போகலாம்
ஆம்
ஆசை அமிர்தம்!
அளவுக்கு மிஞ்சினால்
அமிர்தமும் நஞ்சு!
ஆசைகள்!
சொல்லில் அடங்காதவை
சொன்னால் சிலருக்கு புரியாதவை!

ஆசைகளை துறக்க சொன்ன
புத்தனும் ஆசைப்பட்டான்!
ஆசையில்லா மனிதனை காண
ஆம்! அப்படியொரு பிறப்பு
இங்கில்லை என்றறியாமல்!

கவிஞர் கோகுல் காளியப்பன்
சந்தனூர்மேடு.

# கடுகனாலும் விதி செய்வேன்

மண்ணை மிதித்து,
முதுகெலும்பு நிமிர்ந்து,
பாதம் அடிமாறி நகர்ந்து,
ஆசையொடு அலையும் அற்ப மனிதனோ நான்?

மண்ணே வீடாய்,
மண்ணால் முடி,
மண்ணில் உறங்கி,
மண்ணும் சொந்தமாய்,
மண்புழுவாய் வாழ்ந்திட ஆசை!

சிறிய சின்னப்பிள்ளையாய்,
சிதறாமல் ஒன்றி வாழ்ந்து,
சிறிது தூரம் இனிப்பால் கவர்ந்து,
சிறுக  சிறுக சேமித்து,
சின்ன எறும்பாய் வாழ்ந்திட ஆசை!

தெரியாத பேச்செனினும்,
தெரியாமல் ஊர்சுற்றி,
தெரு தெருவாய் பறந்து,
தேடித்தேடி வாழ்வு வாழும்,
சிறகை விரிக்கும் பறவையாகிட ஆசை!

அதற்கு உயிருண்டோ?
அறியாது எனினும்,
அறியச் செய்யும்,
உயிரைக் கொடுத்து உயிர் காக்கும்,
உயிர்வளியாய் வாழ்ந்திட ஆசை!

சிகரம் தொட ஆசை,
விமானம் பயணிக்க ஆசை,
மேகங்களோடு உலாவர ஆசை,
எனினும் முயற்சியால் மெய்யாகும்,
எவனாகிலும் அடைந்திடுவான்!

இவையில் நில்லாமல்,
இவையோடு மனம் இணையாமல்,
இவையற்று புதிதாய்,
இவ்வுலகம் எனை உற்று நோக்கிட ஆசை!

துன்பத்திலே மிதந்து,
இன்பத்திலே கடந்து,
காதலிலே சோர்ந்து,
வீணாய் வாழும் மனித சென்மம் நான்,
அமைதிலே சற்று நிலைத்திட ஆசை!

--ழுஞ' (கவாம் நேசகி அபிதா)

# மங்கையின் மறுபக்கம்

ஏங்காத நாளில்ல
ஏக்கம் இன்னும் தீரவில்ல
அக்கம் பக்கம் கேக்குறேன்
சுத்தமா விளங்கவில்ல....
அம்மானு அழைக்க எனக்குன்னு
ஒரு குழந்தை இல்ல
கைக்கூடி வரும் நாளேதுனு
தெரியவில்ல...
ஊர் ஏச உறவினர் ஏச
கடைசியில் உறுதுணையாக
இருக்கவேண்டிய என்னவன் ஏச
மலடின்னு பட்டம் குடுத்தாங்க
மனசு தாங்களையே...
எத்தனையோ வலிகளோட
பயணிச்ச எனக்கு....
இந்த பட்டத்தோட பயணிக்க முடியலையே....
மறுபிறவி இருந்துச்சுன்ன மகனாக பிறக்கோணும்
மலடின்னு பேர் வெச்ச மங்கையரின் வயிற்றில!

- இவள்
**இயல்பின் இளவரசி வினிதா**

## காதல் ஆசை!!

உன்னுள் கலந்து உறவாக ஆசை!
நீயாய் நானாய் நமக்காய்
வாழ்ந்திட ஆசை!

கோழியின் சிறகில் குளிர்காயும் குஞ்சுபோல்
உன் கைச்சிறையில் அகப்பட ஆசை!

சூரியனின் கதிரால் ஒளிரும்
நிலவுபோல்
உன் நினைவில் வாழ்ந்திட ஆசை!

உன் கையோடு கைகோர்த்து நள்ளிரவில் நடுரோட்டில்
காற்றோடு கலந்திட ஆசை!
கடலில் கரைந்திடும் கதிரவனின் பிம்பம் போல்
உன் காதலில் கரைந்திட ஆசை!

கன்னங்கள் சுருங்கிய காலத்திலும்
காதலில் காமம் காண ஆசை!
என் ஆசையை அடித்தளமிட்டு வாழ்க்கையெனும்
கோட்டைக்கட்டி உன் அன்பில் வாழ்வேனே
என் அன்பு காதலே!..

-  காவியா செங்கொடி

# நிறைவுற்ற ஆசைகள்

வேப்பமர காட்டில்
வியர்வை கொட்ட விளையாடி,
வெட்டி பேச்சு பேசி மகிழ்ந்து,
வேடிக்கையாய் நாம் இருந்து,
சுத்தி திரிந்த நாட்களில் கூட,
சுதந்திர காற்று சுத்தமாக வீசி,
நமக்கு ஊர் சுத்தி என பெயரும் தந்து,
வீட்டில் செல்ல பிள்ளையாக வளர்ந்த
சிலருக்கு தான் தெரியும்,
இளமை பருவமே சொர்க்கம் என்று.....

- ம. செந்தில் ராஜா

# எனது ஆசை

நிகழ்ச்சி தொகுப்பாளராக ஆசை
பெற்றோர் ஏற்று கொள்ள வில்லை;

பட்டைய கணக்காளராக இலட்சியம்(ஆசை)
பொருளாதாரம் இல்லை;
எழுத்தாளராகும் கனவை
எட்டிப்பிடிக்க எண்ணங்கள்
எழுத்துரு பெற மறுக்கின்றன
என்ன செய்ய?

மனதின் ஆசை எல்லாம்
நிறைவேற்றாத நான் பாவியா???
உயிர் உள்ளவரை
என் ஆசைக்காக பெற்றோரிடம்
போராடும் நான் போராளியோ?

ஆசைகள் நிறைய இருந்தாலும்
இலட்சியம் ஒன்றே;
ஆம்
அனைத்து ஆசைகளையும்
என் மனம் நிறையும் படி நிறைவேற்றுவதே
இவள்
இலட்சியம் இனி.......

- த. அருணா

# ஆசைகள் பலவிதம்......

இவ்வுலகில் ஆசைகளுக்கு அளவில்லை.....
ஒவ்வொன்றும் ஒரு விதம்.....
சிறியவர் முதல் பெரியவர் வரை....

ஒரு தாய்க்கு மழலையின்
புன்னகை பார்க்க ஆசை...
ஒரு நண்பனுக்கு நட்பின்
உன்னதத்தை உணர ஆசை....

தன் கற்பனைகளைக் கொண்டு
ஆசை என்ற பெயரில் வண்ணம் தீட்டி.
அடைய விரும்பி
தம் நாட்களை கடத்தி
நித்தம் காத்திருக்க

ஆசைகளும் காலத்திற்கு ஏற்ப
மாற தொடங்கும்......

இவை அனைத்து மனிதரின்
புதிர் புகா எண்ணங்களின்.....
கலப்படமில்லா.....
பலவித ஆசைகள்.

■ A. நர்மதா..

**எனது ஆகச் சிறந்த ஆசைகளுள்
மிகவும் மேலான ஒன்று !**

பெரிதும் மகத்தான ஒன்று !

ஆசையெனும் சொல்லில்
அவ்வளவு எளிதில்
அடக்கிட இயலாததுதான்...!

எப்போதும் ஆவலாய்
எதிர்நோக்கிக் கொண்டிருக்கும்
பெரும் இன்ப தருணம் என்கலாம்!

எனை அன்னையாய்
தூக்கிவளர்த்து; -
வேண்டிய வளம்
அவ்வளவும் அளித்து...
அழகு கொஞ்சும்
இயற்கையாய் அணைத்து...

எனைக் காக்கும்
என் இந்தியத் தாய் திருநாட்டிற்காக
என்னால் இயன்ற
சேவைகளெல்லாம்  புரிந்துவிட்டு...

அவளது புதல்வியாய் - எனை ஏற்றிவிட்ட என்
தாய் மண்ணில்
நான் வீழ்ந்து கிடக்கையில்...

என் உடையவனும்;
என் உடன்பிறப்புகளும்;
என் அருமை நட்புகளும்;

என் பிள்ளைகளும்;

எனைஅணைத்துக்கொண்டு
பிரிவுதாங்காது கண்ணீர்
சிந்தும் வேளையில்...

சுற்றாரும் பார்த்திருக்க -
துப்பாக்கிக் குண்டுகள் முழங்க -

என் உயிர்நாடியெல்லாம்
சிலிர்த்துக் கிளறிய - என்
தேசிய கீதம் ஒலிக்க;

இமயமென உயிரிலும் உள்ளத்திலும்
உயர்கம்பத்திலும் உயர்ந்து;
ஆதவனின் கதிர்கள் படர்ந்திடப்
பட்டொளி வீசிப்
பறக்கும் பேரழகில்
பெரிதும் அகமகிழ்ந்து....

பெரும் உயரத்தினில் -
அண்ணார்ந்து காணும் போதெல்லாம்
ஒருமுறை தீண்டிட மாட்டோமா ?!
பணிந்து கண்களில் ஒற்றிட மாட்டோமா ?! அந்த
உன்னத நிமிடங்கள்
எப்போது நிகழுமென
என ஏங்கி -

பெருமை பொங்கிப்...
புன்னகை பூத்து...
சிலிர்த்துப் பணிந்து
வணக்கம் செலுத்திய
என் தாயின் மணிக்கொடி
என் மீது படர்ந்திருக்க வேண்டும்.....

பெரும் மதிப்பிற்குரிய;
நிறைந்த பெருமைக்குரிய;
என் தாயின் மணிக்கொடி
கம்பீரமாய் என் வீட்டிலும்
வேண்டும் என்றென்றும்...!

- ச. த. ரேணுகா

## பாவையின் ஆசை:

அகிலம் ஆள ஆசை இல்லை
ஆனால் அந்த  அகிலமே போற்றும் வகையில்
வாழ்ந்து மடியவே ஆசை...

அடைமழையில் நனைய ஆசை இல்லை
ஆனால் புயலே வந்தாலும் அதை எதிர்த்து போராடும்
தைரியம் பெற்று வாழவே ஆசை....

தந்தையின் மடியில் தவிழ்ந்த மழலை பருவம்
மீண்டும் கேட்கவில்லை
ஆனால் அவரின் முதுமை வரை  இன்னொரு
அம்மாவாகவே இருக்க   ஆசை...

தாயின் கருவறையை மீண்டும் ஒரு முறை கேட்க
போவதில்லை
ஆனால் என்றும் தாயுடன்  சின்ன சண்டையிட்டு
செல்லும்
மாமியாராகவே இருக்க ஆசை....

அண்ணனிடம் உரிமை பெற்று
வாழ ஆசை இல்லை
ஆனால் அவனது ஒட்டு மொத்த அன்பில் வாழும்
அவனது  மகளாக இருக்கவே ஆசை....

தோழிகளுடன் தோழமையுடன்
வாழ ஆசை இல்லை
ஆனால் ஆயிரம் சண்டை இட்டாலும பிரியாமல்
இருக்கும் வரம் பெற்று வாழவே  ஆசை....

என்னவனுடன் கைகோர்த்து
நடக்க ஆசை இல்லை
ஆனால் அவனின் அழியா நினைவோடு வாழ்ந்து
மடிந்து போகவே ஆசை.....

மழலை பருவத்திற்கு   மீண்டும் சென்று விளையாட
ஆசை இல்லை ஆனால் குப்பை அற்ற ஒரே
இடத்திற்கு உரிமையான குழந்தை மனம் பெற்று
வாழவே ஆசை....

படைத்தவனிடம் பக்தி கொண்டு
வாழ ஆசை இல்லை ஆனால்
உரிமை கொண்டு உறவாக வாழவே ஆசை....
எதிரி பொறாமைப்படும் அளவிற்கு
வாழ ஆசை இல்லை
ஆனால் எந்த எதிர்பார்ப்பும் இன்றி வளர்த்த
பெற்றோர்கள் பெருமை கொள்ளும் அளவிற்கு
வாழவே ஆசை....
ஏனோ ஆக்கப் பூர்வமான ஆசையாக...

-    ரேவதி பால்மாணிக்கம்.

# பேராசை

உன்னை கண்ட நொடி முதல்
ஏனோ, என் ஆசை எல்லாம்
பேராசையாக மாறிவிட்டது.

உன் கை பிடிக்க ஆசை தான்
ஆனால், பிடித்த கைவிடாமல்
இருக்க பேராசை...!!!

எனக்காக துடிக்கும் இதயத்துடிப்பை
கேட்க ஆசை எனினும்,
உனக்காக துடிப்பவளாய்
வாழ பேராசை...!!!

உன் கைகோர்த்து உலகம் காண ஆசை
இருந்தாலும், உன்னை
உலகமாய் நினைத்து வாழ பேராசை...!!!

உன் குழந்தை சுமக்க ஆசை தான்
அதேசமயம், உனக்கு குழந்தையாக
மாற பேராசை...!!!

உனக்கு எப்பொழுதும் துணையாக
இருக்க ஆசை என்றாலும்,
உன்மடியில் இன்னுயிர்
துறக்க பேராசை...!!!

இப்படி ஒருபுறம் உன் காதலியாக ஆசை
மறுபுறம், உன்காதலை அனுபவிக்க
மனைவியாக பேராசை...!!!
இவ்வளவு நாள் ஆசையில் மிதந்த நான்,
உன்னால் பேராசையில்
முழுக காத்திருப்பேன் அன்பே...!!!
                - அ.ர.கவிதா

## ஆசையில் ஒர் கவி...!!

தன்னந்தனியே...
என் இருசக்கரத்தில் உலகை உலாவ ஆசை..

பௌர்ணமி இரவில்...
பார்கடலின் நடுவே ..
அலையாய் காதல் கதை பேச ஆசை...

இமயத்தின் அழகை ..
அணுஅணுவாய் ரசிக்க ஆசை...

மின்மினிபூச்சி இடையே
மின்னலாய் ஒளிர ஆசை...

காரிருளில் முழுமதியுடன் கவிதை கூற ஆசை...
மழை சாரலில் மயிலுடன் மகிழ்ந்திருக்க ஆசை...

சூரிய உதயத்தோடு
சிட்டுக்குருவியின் கீச்சோலிகள் கேட்க ஆசை...
காரிருள் சாமத்தில் கவலைகளை கடந்து செல்ல
ஆசை...

உண்மையான .. அழகிய உறவோடு...
கைகோர்த்து இரவின் இருளில் நடைபோட ஆசை...

கண்ணீர் வருகையில்...
என்னவன் மடிசாய்ந்து அழ ஆசை...
வெற்றி அதை ..
என்னவன் வாழ்வில் காண ஆசை..

எந்தன் வாழ்வை ...
நான் வாழ்வதே என் பேராசை!!!

   -   கவிதை தமிழச்சி பத்மாவதி

# அளவில்லா ஆசைகள்

அலைபேசி கோபுரத்தை வேரோடு நீக்கி......
சிட்டுக்குருவியின் வாழ்வாதாரத்தை
மீட்டெடுக்க ஆசை......

காடுகொன்று நாடாக்கிய நாட்டை
நாடுகொன்று காடாக்க ஆசை
அசோகரை போல் மரம் நட ஆசை.....
அன்னை தெரசா போல் தொண்டு செய்ய ஆசை......
நெகிழியின் பிடியில் சிக்கியவர்களை..
பசுமையின் போர்வையால் மீட்டெடுக்க ஆசை....

பாலீத்தின் பரவலை பாலாடைபோல் நீக்கி....
புல்வெளி மெத்தையாக்கி மாற்ற ஆசை...

மணிமேகலையிடம் அட்சய பாத்திரத்தை வாங்கி.....
ஏழைகளின் பசி தீர்க்க...ஆசை

ஆதிக்ககாரர்களுக்கும்,
அடக்குமுறையாளர்களுக்கும் எதிராக குரல் கொடுக்க
ஆசை......

பெண்களுக்கு எதிரான குற்றங்களுக்கு புதிய சட்டம்
இயற்ற ஆசை.......

புத்தகம் எழுத ஆசை....
புத்தியை தீட்ட ஆசை....
புரட்சிசெய்ய ஆசை...
புன்னகை செய்ய ஆசை.....

உன்னால் முடியாது என்பவர்களிடம் .....
எதையும் முடித்துகாட்ட ஆசை

- சு. கோகிலா.

## அடங்காப் பேராசை

ஓங்கும் மலைகளில்
நடை போட்டு
வழியில் மரங்களிடம்
கதை பேசி
கனிந்த பழங்களில்
கல் வீசி
அயலூர் வயல்காரர்
எனை ஏச
பழங்களின் ருசியை
நா பேச
சுவைத்த மீதியை
விதை போட்டு
ஜோரா ஒரு
நடை போட்டு
தனிமையின் இசையில் ஊசலாடி
உலகின் பச்சைகளோடு
என் இச்சைகள் பேசி
கடிகாரம் தொலைத்து
நாட்கள் கழிக்க
பல நாளாய் அடங்காத ஆசை...
இதுவே என்
ஆகச்சிறந்த ஆசை....

- சந்தியா முரளிதரன்

## ஆசையில் என் விதம்...

தூரல் போல்
மண்ணில் விழவேண்டும்,
குயில்கள் போல்
இனிக்கப் பாட வேண்டும்,

மலைப் போல்
உயர்ந்து நிற்க வேண்டும்,
நதிப் போல்
ஓயாது ஓடி
விளையாட வேண்டும்,

இவை யாவும் நிராசையாய்
போனால் கூட

எனக்கு கவலையில்லை
ஆனால்,

கடலின் அலையைப் போல
என்னை ரசிக்க வேண்டும்
என் கவிகளை ரசிக்க வேண்டும்,
யாவும் ஆசை
ஆசையாய் எழுதிய
என் ஆசையில் ஒரு விதமே.....

- P.Rithika

# நினைவோடு முடியும் ஆசைகள்

ஆசைகள்!!

வாழும் இந்த மாய உலகில்
யாவும் ஆசையே!
எங்கும் ஆசை என்ற போர்வையே!!
ஆசையற்ற மனிதனை காண முடியாது இவ்வுலகில்!!

அனைத்து ஆசைகளும் இறுதியில் முடிவடைவது
நினைவு என்ற மன அலைகளிலே!!

நிலவை எட்டிப் பிடித்திட ஆசை!
நிலவின் ஒளியைப் போல் ஒளிர்ந்திட ஆசை!!
சூரியன் போல் உலகிற்கு ஒளி கொடுக்க ஆசை!!!

வானவில்லின் மீது ஏறி
வண்ணங்கள் தீட்டிட ஆசை!!
விண்ணில் மிதந்திட ஆசை!!
பறவையாய் பறந்திட ஆசை!!
வண்ணத்துபூச்சியாய் சிறகடித்திட ஆசை!!
மேகங்களாக மாறி மழையாய்
பொழிந்திட ஆசை!!
பூமியைச் சுற்றி வர ஆசை!!!
தென்றலாய் மாறி மரங்களுக்கு
முத்தமிட ஆசை!!
பனித்துளிகள் போல் புல்லின் மேல்
உறங்கிட ஆசை!!

குயில்களைப் போல் அழகாக
கீதம் பாட ஆசை!!
பூத்துக் குலுங்கும் வண்ண
மலர்களை போல் வாழ ஆசை!!

வசந்தம் அடைந்த மலர்களைத் தேடி தேன் உறிஞ்சும்
வண்டு போல்
ஒரு நாள் வாழ்ந்திட ஆசை!!!

காற்றைப் பிடித்து இசை மீட்ட ஆசை!
ஒற்றை காலில் தவம் புரியும்
நெடு மரங்களைப் போல் வாழ ஆசை!!
மின்மினி பூச்சிகள் போல் இருளிற்கு
ஒளி கொடுக்க ஆசை!!!

மீண்டும் ஒரு முறை அன்னையின் கருவறையில்
இருந்திட ஆசை!
தந்தையின் தோளில் மீது ஏறி
உலகம் சுற்றிட ஆசை!!!

எண்ணற்ற ஆசைகள் ஒவ்வொரு மனிதனுக்குள்ளும்
பலப் பரிமாணங்களில் உலவுகின்றது.
..
கடல் அலைகளை போல் சீற்றம் கொண்டு
அவ்வப்போது எழுந்து கொண்டுதான் இருக்கும்...
இதற்கு எல்லையும் முடிவும் கிடையாது
நினைவோடு நினைவாகவே
முடிவடைந்து விடும்!

கவிஞர் ர. ரமேஷ்
திருப்பூர்

# இப்படியும் சில ஆசைகளா எனக்கு!

நான்
வீட்டு பரணில்,
பழைய காகிதங்களில்
கவிதைகளாக ஆசை..!
படிக்காத பழைய
புத்தகங்களாக ஆசை..!

நான்.,
மோர் குழம்புக்கு..
போண்டாவாக ஆசை..!
கருவாட்டு குழம்புக்கு..
பழைய சாதமாக ஆசை..!
தூண்டிலில் பொறிக்கு..
குளத்து மீன்களாக ஆசை..!
கோவில் சுண்டலுக்கு..
தொன்னையாக ஆசை..!

கல்லூரி விடுமுறை
முகநூல் நுழைவு...
எழுதாத நோட்டு
கிறுக்காத மழலை...
படிக்காத புத்தகம்
கிறுக்கலில் கவிதைகள்...

கோடையில் குடை
நனையாத தலைகள்...
சாதனை தேடும் வரிகள்
வெற்றி பெறாத தோல்விகள் ...
அழியாத நினைவு
ஆலமர ஊஞ்சல்...
நனைக்கும் கண்ணீர்
நனையாத கைக்குட்டை...

நீங்காத நினைவு
கண்ணதாசன் பாடல்கள்...
அமைதியான தூக்கம்
அம்மாவின் சேலை...
உலகத்து ஆசான்
இரவுப் பாடகன்...
இப்படி பட்டவைகள் தேடும்போது கிடைக்காத
பொக்கிஷங்கள்
வேறு எதுவுமில்லை,
தொலைத்த ஆசைகளை தவிர...


கவியருவி பா.சரவணன்,
கம்பம் பள்ளத்தாக்கு,
தேனி மாவட்டம்.

# ஆசை அத்தியாவசியம்

கோடைகாலம் முடியும் வரை ,
தூண்டில் இடா நீரோடையில் மீனாய்
வாழ ஆசை....
கடுங்கோடை கானல்
நீரில் கை நனைத்திட ஆசை.,,

குளிர் காலம் முடியும் வரை
கம்பளி கடைக்கு செல்லாத
குரும்பை ஆடாய் மாற ஆசை....

பனித்துளிகளுக்கு இடையில்
வெயில் காய ஆசை...
இலை உதிர் காலம் முடியும் வரை,
மண்ணோடு மண் ஆகாமல்
மரத்தில் இலையாய் வாழ ஆசை.,,

உதிர்ந்த இலைகளுக்கு இடையில்
ஊர்ந்து செல்ல ஆசை,
ஆலி காலம் முடியும் வரை வெட்டாத
மரமாய் திவலையில் நனைய ஆசை,
மழைநீர் வெள்ளத்தில் மிதந்து கொண்டே மரம்நட
ஆசை...

வெற்றி...79

# இவற்றிற்கு ஆசை கொள்வோம்!

ஆயிரம் ஆசைகள் அழகழகாய் கொண்டாலும்..!
அடைகின்ற ஆசைகளோ குறைவுதான்.!
ஆம்! பிறரை கெடுத்து வாழ ஆசைகொள்ளாது..!
சிலவற்றை கொடுத்து வாழ ஆசைகொள்வோம்..!
வாழவழி தெரியாது வருவோர்களிடம்
பிச்சை கேட்போர்க்கு
மறு வாழ்வு கிடைக்க ஆசை கொள்வோம்..!
வளம் நிறைந்த நம் நாட்டில்
வறுமை சூழ்ந்த சில வீட்டில்
அடிப்படைத் தேவைகள் கூட அடிப்படை யில்லாது
ருசி என்பதை அறியாது
பசியை மட்டுமே அறிந்து
வாழும் சில வறுமை உயிருக்கு
உணவு கொடுக்கச் செய்ய ஆசை கொள்வோம்.
இவற்றிற்கு ஆசை கொண்டால் வல்லரசுக்கு ஆசைக்
கொண்டு சென்றானே ஒருவன் அவன் ஆசை
நிறைவேறுமோ
என தோன்றுகிறது!

- நெல்லை சதிஸ்

## அதிர்வான ஆசை

மறையான மனதின் மதியான
தோன்றலின் பிறையான ஆசையே!

எண்ணங்கள் யாவும் திண்ணமாக,
கண்டங்கள் யாவும் காட்சியாக,
இன்பங்கள் யாவும் நீட்சியாக,
அகம் எதிர்நோக்கும் உவகை தரும்
சிந்தையின் சிறப்பே !!

விழி தேடும் வழியாய்,
வழி தேடும் ஒளியாய்,
ஒளி தேடும் வளியாய்,
வளி தேடும் வானாய்,
நீடுமே நெஞ்சம் தாங்கும் ஏக்கங்களின்
தாக்கங்களே !!

சிந்தை யாவும் பந்தமாக,
பந்தம் யாவும் சந்தமாகி,
பரவசம் தேடும் அகமது விழியே !

- சக்திவேல் மாரியப்பன்

# என்னுடைய ஆசையெல்லாம்!!

அலை அலையாய் பாயும் கடலில்
ஒரு அலையாய் போகணுமே!!
மலையோட உச்சியை நான்
உள்ளங்கையில் நசுக்கணுமே!!

பட்டாம்பூச்சி இறகை வாங்கி
என் கையை கொடுக்கணுமே!!
பனி வந்து விழுகும்போது
நான் புல்லாகா இருக்கணுமே!!

ஈசலுக்கு மறுவாழ்வு
இரு நாளாய் இருக்கனுமே!!
நீலகிரி குறிஞ்சிப் பூதான்
வருஷமெல்லாம் பூக்கனுமே!!

எட்டுக்கால் பூச்சி வலையில்
மாதம் ஒருமுறை தங்கணுமே!!
நத்தை யோட கூட்டுக்குள்ளே
ஒரு நாளாவது போகணுமே!!

மரமேறி கொம்பேறி
குரங்காய் நான் மாறனுமே!!
குக்கூவும் குயிலைப் போல
வாழ்க்கை எல்லாம் கூவனுமே!!

என் முதுகில் மயில் தோகை
மயில் முதுகில் என் சட்டை
மாறி மாறி போட்டுக்கணும்!!
வானவில்லை தொட்டு வந்து
சட்டையில தீட்டிக்கணும்!!

இன்னுமொரு ஆசை எல்லாம்
நாட்டுக்கு நிம்மதிதான்!!
வீட்டுக்குள் வைக்கணுமே
பணம் உதிரும் மரத்தைத் தான்!!

-கவிஞர். சு. சிவா

## ஆடையற்ற அடைமழையும்
## ஆளைத் தூக்கும் அடுப்பங்கரையும்

தட்டு நிறையா சோறு
தட்டி எழுப்பும் பாரு
கிண்ணம் நிறையா குழம்பு
கிறங்கி போகுது மனது
வண்ணம் நிறைஞ்ச வாழ்வு
வானம் பாடும் வீடு
வசந்தம் வீசும் பாரு
மிதக்கும் மிதுக்கு வத்தல்
சுண்டி இழுக்கும் சுண்டல்
அம்மியில் அரைச்ச துவையல்
தூள் கிளப்பும் சமையல்
குண்டா நிறையா சாதம்
கொண்டா கொண்டானு கேக்க
நொறுக்குத்தீனி எட்டிப் பார்க்க
மூணு வேலை சோறு
ஆறு வேலை ஆச்சு

தீபாவளி வந்தா போதும்
தினந்தினம் புது தின்பண்டம்
வண்டி வண்டியா வந்து சேரும்
லட்டு முதல் பூந்தி வரை
பாசந்தி முதல் கேசரி வரை
அதிரசம் முதல் ஆப்பம் வரை
ஏப்பம் விட்டாலும்
ஏலக்காய் மணம் வீசும்
பந்தி போடும் படையல்
சண்டை போடும் தலையன்

கொட்டும் மழையை காரணம் காட்டி
சுடச்சுட போண்டா பஜ்ஜி
ஆசைக்கென்ன வயது
அனைத்தையும் ருசிச்சுத்தான் பாரு

- பா.கவுசிகா (பார்கவி)

@kaviyin_varigal__

# வெற்றி என்னும் போதை!

ஆசைகளே இந்த
மண்ணுருண்டை மீது
என்னை வாழத் தூண்டுகின்றது!
வாழ்க்கையில் வெற்றி
பெற வேண்டும் என்ற இலக்கு
என் உறக்கத்தைக் கலைக்கின்றது!
மீறி உறக்கம் வந்தாலும்
நான் காணும் சொப்பனங்கள்
என்னை உறங்க விடுவதில்லை.
வெற்றி என்னும் போதையை
ருசிக்க நா தவம் செய்கிறது!
முயற்சி மட்டுமே
என் ஆசைகளைத் தீர்க்க
என்னோடு பயணப்படுகிறது!
ஒரு நாள்! இந்த உலகில்
சிறந்த எழுத்தாளர்!
சிறந்த பேராசிரியர்!
சிறந்த கவிஞர்! என்னும் விருதுகள்
என்னை வந்து அடையும்!
அன்றே என் ஆசை தீரும்!
என் கட்டை வேகும்!

- பா.பிரியன்பாபு

# உளியும் வானம் தொட்டிடுமே!

முட்களின் காவலில்
மலராய் மலர்ந்திட்டு
கள்ளவனின் கண்களை பறித்திடுவேனே!
அழகின் சிற்பம் பெண்ணிவள் மனதைத் திருடிடும்
மணம் கொள்வேனே!
காற்றாய் உங்களுள் சுவாசமாய்
நான் வசிப்பேனே!

அலையை தொட்டு விளையாடும் பிள்ளையாய்
அதனுடன் போட்டி கொள்வேனே!
பேனாவின் மையாய் எழுத்துக்களில்
உயிர்த்திடுவேனே!

இசைந்திடும் கிளியாய் அனைவரின் கவனத்தையும்
ஈர்த்திடுவேனே!
கொஞ்சி பேசிடும் மழலையின் மொழியாகிடுவேனே!
இதயம் பேசிடும் இமையின் பாஷைகளாயிடுவேனே!

வேறுபாடுயின்றி பொழிந்திடும் மழையாகிடுவேனே!
அதில் மிதந்திடும் காகிதக் கப்பலாகிடுவேனே!
ஊற்றாய் பெருக்கெடுத்து
நில்லாமல் ஓடிடும் செந்நீராகிடுவேனே!
இருளில் ஒளிர்கின்ற மின்மினியாகிடுவேனே!
இரவின் மடியில் உறங்கிடும் நிலா ஆகிடுவேனே!

வான் வாழ்த்திட பாறையும் சிற்பமாய் கருவூலம்
அளங்கரித்திட சிற்ப்பியின் கரங்களில் நானே!..
வானம் தொட்டிடுவேன்!!..
உளியாகிய நான்!!!...


-மயூரம்

# ஆசைக்கெல்லாம் அப்பாற்பட்ட ஆசை

பிறந்த போதும் வருடங்கள்
சில ஓடிய பிறகும்
விவரம் தெரிவதில்லை
சிறிது வளர்ந்த போது
புது சிறகு முளைத்த பறவை பறக்க தேடுவது போல
பல்லாயிரம் ஆசைகள் வந்து ரீங்காரமிட சிறு பூவாய்
வளர்ந்து வந்தோம்
அம்மா அணைத்துக் கொள்ள ஆசை
அப்பா புது தின்பண்டம் வாங்கி வர ஆசை
சிறுவயது நண்பர்கள் நடக்காத கற்பனை கதைகள் கூற
அதை
நிஜம் என நினைத்து கண்ணில்
துளிர்விட்ட ஆசை
மழையில் கப்பல் விட ஆசை
பேசத் தெரியாத பொம்மைகள் மீது உயிரையே
வைத்திருக்கும் ஆசை
கூட்டாஞ்சோறு ஆசை
பஞ்சுமிட்டாய் ஆசை
திருவிழாவின் ஆசை
புது நாய்க்குட்டி வளர்க்க ஆசை
பம்பாய் மிட்டாய் தேடிச்சென்ற ஆசை

இரவோடு வந்த தெருக்கூத்து ஆசை
பாட்டி தாத்தா சொல்லும் பழங்கதை ஆசை
நாள் முழுக்க விளையாடி வீடு சேர்ந்தாலும் மின்சாரம்
இல்லா குறுகிய நேரத்தில் நடுத்தெருவில்
ஆட்டம்போடும் ஆசை

நீண்ட கூந்தல் ஆசை
அரும்பு மீசை ஆசை
கொஞ்சம் வளர்ந்த பிறகு
கனவு மேல் வந்த தீராத ஆசை
வேலை மேல் ஆசை
காதல் என்ற கண்ணாமூச்சியில் ஆசை
அதிகம் நண்பர்கள் இருக்க ஆசை
அனைவராலும் அன்பு செய்யப்பட ஆசை
காலம் உருண்டோட எழுத்துக்கள் மேல் வந்த அதிக
ஆசை
எண்ணமும் நடந்து போக யாரெல்லாமோ வந்து
சென்ற
வாழ்க்கையில்
தாய் தந்தை மட்டும் கடைசி வரை
என்னுடன் இருக்க ஆசை
மரணத்திற்கு நிரந்தர மரணம் தர ஆசை

இதெல்லாம் ஒருபுறமிருக்க
எங்கிருந்தோ வந்த அமைதி புயல்
என்னுள் விட்டுச் சென்ற தாக்கம் ...

என்னுடைய ஆசை எல்லாம் ஒன்றே
ஆசை இல்லாமல் இனி ஆழ்ந்து
தெளிந்த வாழ்வு வாழவே...
ஆசை எல்லாம் வேண்டாமென்ற
இந்நிலை முக்தி நிலையா!?
இல்லை இதுவே
முதிர்வின் மீது
வந்த தீராத ஆசை...

- பவித்ரா

## ஆசை பல வகை

புத்தர் துறக்க சொன்னதை
புத்தி ஏற்க மறுக்கிறது
ஆசைகள் பல கொண்டு
நாளும் மனம் துடிக்கிறது
பிறந்த குழந்தைக்கு
பொம்மை மேல் ஆசை
இறக்கும் தருவாயில்
உயிர் வாழ ஆசை
இடைப்பட்ட வாழ்க்கையில்
ஏதேதோ ஆசை
பரு அரும்பும் பருவத்தில்
பாவை மீது ஆசை
கடன் கொண்ட ஏழைக்கு
பணத்தின் மீது ஆசை
பணம் கொண்ட மனிதனுக்கு
பொருட்கள் மீது ஆசை
உயர்ந்த குணம் உள்ளோருக்கு
கல்வி மீது ஆசை
ஆசைகள் பல விதம் ஆளுக்கு ஒரு விதம்
குரங்கு போல் மனது
மரங்கள் போல் ஆசைகள்
காலம் மாறினால் ஆசையும் மாறும்

- இராகுல் கலையரசன்

# முதுமையில் முளைக்கும் ஆசை

நரை வந்த பின்பும்
கடற்கரை ஓரத்தில்
கணவன் கைபிடித்து
காதல் செய்ய ஆசை

வயதாகிய பின்பும்
வல்லூறை போல
வானில் வட்டமிட்டு
வானவில்லை தொட்டுவிட ஆசை
கூன் விழுந்த பின்பும்
தூக்கணாங்குருவி கூட்டில்
தொட்டில் கட்டி
துள்ளி ஆட ஆசை

நடை தள்ளாடிய பின்பும்
நீண்ட மலைகளில் ஏறி
நதிகளுக்கு இடையில்
நித்திரை கொள்ள ஆசை
முதுமை எய்திய பின்பும்
மனம் விட்டு சிரித்து
மழையோடு விளையாடி
மழலையாக மாற ஆசை

தோல் சுருங்கினாலும்
ஆசைகள் சுருங்குவதில்லை
வயது முதிர்ந்தாலும்
ஆசைகள் முதிர்வதில்லை

முடி நரைத்தாலும்
ஆசைகள் நரைப்பதில்லை
முதுமையிலும் முத்தான
ஆசைகள் முளை விடுகிறது!

- நந்தினி

## அத்தியாவசிய ஆசைகள்*

சொர்க்கத்தில் சுகமாய் வாழ இடம் தேவையில்லை
சொந்த வீடு கட்டி வாழ ஆசை
வகை வகையாக உணவு ருசிக்க தேவையில்லை
மூன்று வேளை பசித்தால் புசிக்க ஆசை
ஆடம்பரமான அணிகலன்கள் அணிய தேவையில்லை
அடகு வைத்த தாலியை மீட்க ஆசை
அலமாரியில் ஆடைகள் அடுக்க தேவையில்லை
கிழிசல் சட்டை போடாமல் இருக்க ஆசை
வங்கி இருப்பு பராமரிக்க தேவையில்லை
தவணை இல்லா தேதிக்காக ஆசை
அலுங்காமல் குலுங்காமல் செல்ல மகிழுந்து
தேவையில்லை
ஓட்டை வண்டி ஓயாமல் ஓட ஆசை
பஞ்சணையில் படுத்து உறங்க தேவையில்லை
படுத்தவுடன் நிம்மதியான உறக்கம் கொள்ள ஆசை
ஆடம்பர ஆசை தேவையில்லை
அத்தியாவசிய ஆசை போதும்.

- நந்தினி

## ஆசை

அழகெல்லாம் இல்லை...
ஆனாலும் புன்னகைத்த நொடியில்
புரியும் அழகு

முகத்தில் ஏக்கம்
நிறைந்து கிடப்பது
மட்டும் கண் கூடாகத்
தெரிகிறது....!!!

ஒருவேளைச் சோற்றுக்கும்
நல்ல உறக்கத்துக்கும்
எத்தனை நாள்
ஏங்கியிருப்பாள்
அவள்...??!

ஆனால்
நடைபாதைகளில்
நடக்கும் நமக்கும்
அலையவிட்ட நம்
கண்களுக்கும் அவள்
"அசிங்கம்" என்பதே
நாம்சூட்டிய பெயர்....!!

காசு கொடுக்கக் கூட
கை வராது கஞ்சத்
தனம் காட்டியே
பழகிவிட்டோம்...!!
அந்தக் குழந்தையின்
முகம் தெரிவதில்லை
நமக்கு....!!

ஆசைகளைச் சுமந்த படி நடக்கும் அவள்
எத்தனை ஆசைகளை
சுமந்தபடி
நடைபோட்டிருப்பாள்
என்பது நம்
எண்ணங்களுக்குப்
புரியவா போகிறது??!!

ஆசையுடன் தொடங்கி
அவளின் நிறைவேற்ற
முடியாத ஆசைகளை
கனவில் நிறைவேற்றிய
நிறைவுடன் இவள்!

- சுவேதா கண்ணதாசன்

## காக்கோனு ரெண்டு கண்ணா ...!

அழகி இவ ஆசயெல்லா இதுதா
தோல் சுறுங்கயிலயு
தொட்டு நீ பேசிடனு ,
பல் நாலு மிஞ்சயிலயு
பஞ்சமில்லாம முத்தத பூசிடனு ,
கூனு போட்டபின்னையு
கூடி நாம வாழ்ந்திடனு ,
குட்டி கத பேசிடனு ,
எலும்பெல்லா தேயலையு
அழும்பு நீ செஞ்சிடனு
அழகி இவ அடக்கி உன்ன
மேஞ்சிடனு ,
கண்ணெல்லா பாலான பின்னு
" கண்ணே மணியேனு "
காதல் கவித பேசி நீ வழிஞ்சிடனு
காமம் பூசி நா நெறஞ்சிடனு ,..

உனக்கு ஒன்னுனா
உயிர நானு தந்திடனு ,
என் நெஞ்சோடு
சாஞ்சு நீயு தூங்கிடனு ,
தனிச்சு என்ன நிறுத்திடாம
அணச்சு என்ன பாத்துக்கையா
மொரச்சு என்ன காத்துக்கையா ,.

என்னோட ஆசையெல்லா
மகராசா ஒன் ஆச தீர்ப்பதுதா ,

என்னன்னு நா கேட்டு
ஒன்னு ஒன்னா அத தீர்த்தா
போதும்மையா ,.

சிக்கனமா சிரிக்காத ,
சிக்கலுலையும் அழுகாத ,
வேல செஞ்சு அழுக்காத ,
வெயிலுல நடக்காத
வெட்டியா நீ இருந்தாலு
வெத்தல கொடியா ஒன்ன சுத்திகிடபே
முந்தியில ஒன்ன முடுஞ்சு இருப்பே
காசு பணம் ஆசயில்ல
நாளு சொட்டு கஞ்சி கூட போதும்மையா ,
நாளு இருபது போன பின்னு
நானு நீயும் இருக்கோனு ஒன்னா
காக்கோனு ரெண்டு கண்ணா
மகராசா ஒன்ன நானும்
என்ன நீயும்!

- ஞாழல்

# தீராத ஆசை

மண்ணின் ஆசை
தாவரங்களானது
தாவரங்களின் ஆசை
காடுகளானது
காடுகளின் ஆசை
செடி, கொடி, மரமாய் வளர்ந்தோங்கியது
செடி, கொடியின் ஆசை உணவானது
மரத்தின் ஆசை
மாசற்ற காற்றானது
உணவும் காற்றும் இணைந்து உயிரானது
உயிரின் ஆசை
ஒரறிவு முதல் ஆறறிவு மனிதன் வரை உருவானது
ஆனால் இந்த மனிதனின் தீராத ஆசையே
மண்ணையும் அழித்து
தன் இனத்தையும்
அழித்துக் கொண்டுள்ளது!

- ச. இந்துமதி

# இவளின் ஆசைகள்

உன் தலை கோத ஆசை...
உன் நெற்றியில்
முத்தமிட ஆசை...
உன் புருவ சுருக்கத்தை
நீவிட ஆசை!

உன் மயக்கும் விழிகளில்
தொலைந்து போக ஆசை...
உன் கன்னங்களில் இதழ் கொண்டு
கோலமிட ஆசை.!

உன் மீசை முடியின்
குறுகுறுப்பில் மயங்க ஆசை
உன் புகையிலை வாசமில்லா
உதடுகளில் கவி பாட ஆசை!

உன் தாடியை பிடித்து
செல்லம் கொஞ்ச ஆசை
உன் தோள் சாய்ந்து
கதை பேச ஆசை!

உன் மார்பில் முகம்
புதைக்க ஆசை...
உன் இதய துடிப்பு கேட்டு
துயில் கொள்ள ஆசை...

உன் முரட்டு கரங்களில்
அடங்க ஆசை...
உன் விரலோடு விரல் கோர்த்து
நடை போட ஆசை...

உன் மடி மீது அமர்ந்து
மௌனமொழி பேச ஆசை...
உன் நினைவில்
வலம் வர ஆசை...
எண்ணிலடங்கா ஆசைகளை
வரையறுக்க வார்த்தைகளின்றி இவள்.

- மகிழ்

## ஆசையாய் சில கனவுகள்..

நிறைவேறாத ஆசைகளோ.? நனவாகாத கனவுகளோ.?
என் ஆசைகளை பதிவிடுகிறேன் முடிந்தால் பதியம்
போடுங்கள்..

அனுபவமும், பண்பும் நிறைந்த அதிகாரம் வழிநடத்த.,
திணிக்கப்படாத, திகட்டாத தாய்மொழி கல்வியில்,
புதிய தலைமுறை புத்துணர்ச்சி பெற வேண்டும்..

இளைய திறமை இத்திருநாட்டிற்கே பயன்பட.,
ஏற்படும் வளர்ச்சியில் பாரதம் வல்லரசாக வேண்டும்..

விளைநிலங்களுக்கு எந்த
விலையுமில்லாமல் நீர் கிடைக்க.,
விவசாயிகளே விதைகளுக்கு உரமாகாமல்.,
விதைத்தவனே விலை சொல்லும்
நிலை வேண்டும்..

மாறிவரும் மரபுகள் மறக்காமலிக்க.,
கலாச்சாரம் என்பது கைக்குட்டையில் அடங்காமல்.,
இளைஞர் சமுதாயம் எழுச்சிப் பெற்று
முன்னேற வேண்டும்..

பண்டிகை வாழ்த்துகளும், பாசப்பரிமாறல்களும்
இணையதள பதிவுகளில் மட்டுமே இருக்க.,
சிதைந்து கொண்டிருக்கும் உறவுமுறைகள் உயிர்பெற
வேண்டும்..

இருப்பவனோ, இல்லாதவனோ பாரபட்சமின்றி.,
நோய்தீர்க்கும் மருத்துவமே நோய் வளர்க்காமல்.,
தரமாக அனைவருக்கும்
இலவசமாக கிடைக்க வேண்டும்..

சாதிகள் இல்லையடி பாப்பா என்று நம் முப்பாட்டன்
சொன்னதில்,
சாதிக்கொடுமைகள் குறைந்திருந்தாலும்.,
கலப்புத் திருமணங்கள் காயாக
கசக்கும் நிலைமாற வேண்டும்..

வளர்ச்சி என்றுரைத்த தொழில்நுட்பங்கள் இயற்கையை
அழிக்க.,
பிராணவாயுயுவும் நஞ்சாகி போக.,
இயற்கையை மாற்றாத
சமுதாய மாற்றம் வேண்டும்..

புதுமைப் பெண்களை காண வேண்டி புரட்சி செய்ய,
கண்டுவிட்டேன் சுதந்திர புதுமைப் பெண்களை.,
ஆனால், சிலர் கசக்கி தூக்கியெறியப்பட்ட நிலையில்.,
எல்லா தடைகளையும் தகர்ந்தெறிந்த பெண்ணினம்.,
இந்த தடையையும் துணிவுடன் தாண்டி தலைநிமிர்ந்து
நடை போடும் நாள் வர வேண்டும்..

இவையெல்லாம் நனவாகும் நாளே சமுதாயம்
முழுதாய் வளர்ச்சி பெற்ற நாளாக மாற.,
நம் முன்னவர்களும் மகிழ்ந்திட ஆனந்த கூத்தாடி
விண்ணகம் குலுங்கிட கும்மியடிக்க வேண்டும்..

-துகிர் தென்றல்..

# கொஞ்சம் ஆசை

கொட்டும் மழையும்....
வெட்டும் மின்னலும் ...
முழங்கும் இடியும்....
அருகில் நானும்.....
எதிரில் நீயும்....
பின்னணியில் ரஹ்மானும்....
கைகளின் இடுக்கில் குவளையும் ...
அதில் சூடான தேநீரும்....
சாளர இளந்தென்றலை
ரசித்து....
தேநீரை ரசித்து....
பழைய அத்தியாயங்களை
எந்தவொரு இடையூறுமின்றி...
நீயும் நானும் அசைபோட....
கொஞ்சம் ஆசை...

நெடுந்தூர பயணம்...
பேருந்திலோ ...
மகிழுந்திலோ ...
ஈர்ருளியிலோ...
நம் பால்யத்தை....
நம் வாலிபத்தை...
நம் முதுமையை ....
பகிர்ந்து உன்னோடு பயணிக்க
கொஞ்சம் ஆசை....

அலைபேசியை
அணைத்து வைத்து விட்டு...
நீயும் நானுமாய் மட்டும்
ஆயுளுக்கும்
உறவாட ....

உயிராட...
உரையாட....
கொஞ்சம் ஆசை...

காடாகினும்.... மேடாகினும்...
மலையாகினும்... குன்றாகினும்...
ஆள் அரவமின்றி
உன் கை விரல்களை
இறுகப்பற்றி
ஒரே சீரில் இருவர் பாதமும்
அடியெடுத்து
நடை பயணிக்க
கொஞ்சம் ஆசை....

அரைத் தூக்கத்தில்
சிறிதாய் ஒரு
நெற்றி முத்தம் தந்து
எதிர்பரா அதிர்ச்சிக்குள்
என்னை நீ தள்ள...
கொஞ்சம் ஆசை...

பிறந்த நாளோ...
திருமண நாளோ....
ஏதோவொன்றுக்கு
எனக்கு மிகவும் பிடித்ததை
என்னை அறியாமல்
எனக்கு
நீ பரிசுப் பொருட்களாய் தர
கொஞ்சம் ஆசை....

காதல் தாஜ்மஹாலை
உன் கரம் பிடித்து
ஒரு தரம் பார்க்க
கொஞ்சம் ஆசை....

ஓடுகின்ற ஆற்றில் குதித்து...
பயமும் பதற்றமும் அப்பிக் கொள்ள....

நான் நீந்த முயற்சிக்க....
நீ என்னை பயிற்றுவிக்க....
கொஞ்சம் ஆசை....

கண்களை இறுக மூடிக் கொண்டு....
கைகளை இறுகப் பற்றிக் கொண்டு....
இதயத்தின் வேகம்...
அதிகமாய் துடிக்க...
அருகில் நீ இருக்க....
ஆகாய விமானத்தில்
ஓர் நாள் மட்டும் உன்னோடு பறக்க...
கொஞ்சம் ஆசை....

எனக்கான நீ
நரைமுடித்தப் பின்னும்
கைத்தடியை தூக்கி வீசிவிட்டு
உன் கைகளைப் பற்றிக் கொண்டு
தள்ளாடி தள்ளாடி
நடை பயணிக்க...
கொஞ்சம் ஆசை....

என் ஆயுளுக்கும்
உன் அணைப்பிருக்க
கொஞ்சம் ஆசை....

என் ஆயுள் முடிந்த
இறுதி ஊர்வலத்திலும்
நீயே முன்னிற்க
கொஞ்சம் ஆசை....

**முனைவர் மு. துர்கா தேவி**
**திருச்செந்தூர்**

## எட்டாத ஆசை

ஆசைகளோ ஆயிரம் கண்டேன்,
ஒன்றையாது எதிர்பார்த்து நின்றேன்,
அதை எதிர் நோக்கியும் சென்றேன்,
இது தான் ஆகச்சிறந்த ஆசை என்றேன்,
என் பாதை சென்று கொண்டே தான்
இருந்ததே தவிர,
என் ஆசைகளை தான்
கண்டு கொள்ள முடியவில்லை,
எண்ணவே முடியாத
எண்ணற்ற நட்சத்திரங்கள் கூட,
நிலாவுக்கு அருகில் இருக்க ஆசை இருந்தாலும்,
நிலாவின் அருகில் நிழலாய் தான் காட்சி அளிக்கிறது,
என்றோ ஒரு நாள்,
அந்த நட்சத்திரத்தை போல ஒரு நாள் நம் ஆசை
நிறைவேறும் என்று எண்ணினால்,
அன்று அமாவாசை போல் என்னை தனியாக தான்
தவிக்க விடுகிறது என் ஆசை,
எண்ணற்ற ஆசையில் எட்டாத ஆசையை எட்டியே
முயலும் என்
நம்பிக்கை....

- அன்புத்தமிழன் அருண்

## என் ஆகச்சிறந்த ஆசை....

ஆம் ,என் தந்தையின்
கண்ணீர் காண ஆசை எனக்கு...
அறும் பாடு பட்டு நீ வளந்தனு  சொல்லுவ....
ஆனா அந்த அறும்பாட
பட விடாம நீயும் என்ன வளத்த...


ஆச ஆசயா  நீ சேத்து வச்ச ஆசையெல்லாம்
என் ஆசைக்காக நீ தொறந்த..
உன் ஆச என்னனு நானும் தெரியாம
வளந்தேன்......


காடு கரகம்மாயெல்லாம் நீ சுத்தி திரிஞ்ச..
என்ன கான்வென்டுல
படிக்க வெக்க மறக்காம
நீ அறிஞ்ச.....
வாத்தியாரா நீயும் நின்னு பாடமெல்லாம்
படிக்க வெச்ச...படிச்ச பாடம் புரியலனா
பதறி போய் துடிச்ச....


ஆம்பள புள்ள தோத்து
போகனும் எம் புள்ள வீரத்துலனு  ...
ஆம்பள புள்ளயா என்ன
நீ வளத்த...
ஆம்பள வளத்த  புள்ளனு
ஊர் மெச்ச நீ  சிரிச்ச....


பூப்பெய்த  காலத்துல
சிறு பூவாக என பாத்த...
பூந்தேகம் நோகாம என்ன  நீயும் காப்பாத்த....
வயசு கோளாறு வந்ததால வாலிபத்த
நான் மறக்க...
கோளாற  தடை போட்டு

நீ தடுக்க...

வருஷம் உருண்டு போச்சு..
என் விருப்பம் மறந்து போச்சு....
செஞ்ச தப்ப திருப்பி செஞ்சு வாழ்கைய நான்
இருட்டாக்க...
வாழ்க்க தொண தேடிதந்து வாழ்வ நீயும்
அழகாக்க....

அடுக்கடுக்கா துன்பம் வந்தாலும் அடங்கமறுனு
எனக்கு நீ சொல்லி குடுத்த ...
என்ன கல்யாணம் பண்ணி குடுத்து
நீ அடங்கி _ கெடுத்த..

பட்டம் வாங்கி உனக்கு
பேர் தரலாம்னு பாத்தேன்..
ஏன் கனவும் பறந்து போக...
அதுலயும் நான்
தோத்தேன்....
என்னை அரங்கேற்றம்
செய்ய வெச்ச உன்ன
அரங்கே ஏற்றமாக
பாக்கனும்னு ஆச பட்டேன்..அதுவும் நிராசையாக..
நிராயுதபாணியாக நானும் ஆனேன்....

இப்பவும் ஒன்னும் கெட்டு போகலனு.....
தோழர் ஒருவர் தோள் கொடுக்க...
எழுதுகோலா எழுந்து நின்னேன்...
இந்த வாழ்த்துப் பா
வடிக்க வந்தேன்!...

இப்பவும் ஒன்னே ஒன்னு தான்....
ஆஸ்கரும் வேணாம்..
அங்கீகாரமும் வேணாம்.
எனக்காக நீ எவ்வளவோ அழுதுபுட்ட....

இத படிச்சு புட்டு நீ
சிந்தும் ஆனந்த கண்ணீர் போதும் ஆயுள்
முழுக்க நான் வாழ...
ஆச தான் எனக்கு
உன் கண்ணீர பாக்கனும்னு......
ஆனந்த கண்ணீர....

\-     **Nishafakru (மு.நிஷா)**

## என்னாசைகள்

சின்னச் சிறிய ஆசைகள் !
உறுதியான பெரிய ஆசைகள் !
முட்டாள்த்தனமான ஆசைகள் !
இலட்சியத்திற்கான ஆசைகள் !

ஆசையற்றோர் தான் யார் ?
புத்தனும் ஆசைப்பட்டான்
ஆசையில்லா உலகிற்காக !

சிறிதும் பெரிதுமாய்
என்னாசைகள் இங்கே !

எழுதுகோல்களில் எப்போதும்
கொள்ளை ஆசை !
வெள்ளைக் காகிதங்களின்
பால் ஆசை !
புதிதாய் இப்போது
வண்ணக் காகிதங்களிடமும் !

போதும் என்றே தோன்றாத
பேராசை புத்தகங்களிடம் !

அவ்வப்போது மேகம் சூழ்ந்து
மழை பொழிய ஆசை
அந்திமழை ஆசை !

கொட்டும் மழையில்
நனைந்து நடனமாட
என்றுமே ஆசை !

விடியலில் குருவிகளும்
இன்னிசையோடு தேநீரும்
புத்தாடை தீண்டலும்
புது நெல் வாசமும்
இயற்கையோடான வாழ்வும்
அனுபவித்து தீராத ஆசை !

நிறைய எழுதிட ஆசை
அதிகமாய் வாசித்திட ஆசை
நீண்ட பயணம் வேண்டும்
பல கலைகளும் கற்க ஆசை !

வாழும் நாளெல்லாம் மகிழ்ந்திருக்க
பிறர்க்கு உதவி வாழ
சுறுசுறுப்பாய் ஆரோக்கியம் பெற்று
வாழ்ந்திட ஆசை !

- க.செளபர்ணியா

## ஆசையின் அடிப்படை...

ஆசைகள் பலவிதம்...
ஆயிரத்தில் ஒரு விதம்...
குறிப்பிட்டு சொல்ல வார்த்தைகள் தேடினாள் தேடிய
சொற்களெல்லாம் ஆசை கொள்ளும்...
ஆசைக்கு வயதில்லை...
ஆசைகளுக்கு எல்லையில்லை...
எல்லை என்ற கம்பி வளையம்
ஆசைக்கே இல்லை...
ஆசை இல்லா மனிதன் எங்கோ?
சிலர் அல்ல பலர்...
அன்பில் தோழிகளுடன் வாழ ஆசை...
நட்பில் தோழனுடன் வாழ ஆசை...
உறவுகளில் உயிருடன் வாழ ஆசை...
அர்த்தமுள்ள வார்த்தைகளுடன்
வாழ ஆசை...
முதுகில் சுமைகள் இல்லா வாழ ஆசை...
நெஞ்சில் வலிகள் இல்லா வாழ ஆசை...
இழந்ததை மீட்டெடுத்து வாழ ஆசை...
தென்றல் வந்து தீண்ட ஆசை...
வாகனம் செல்லும் வேகத்தில்
மனம் செல்ல ஆசை...
பிரிவு என்ற சொல்லை
உணராமல் வாழ ஆசை...
தவறுகளை திருத்தி வாழ ஆசை...
திருத்தியவர்களை திரும்பி
பார்க்க ஆசை...

தோல்வியில்லா வெற்றி பெற ஆசை...
பறவைகளின் ஒலியாக மாறிவிட ஆசை...
பட்டாம்பூச்சி சிறகாய் மாறிவிட ஆசை...
குழந்தை சிரிப்பாய் மாறிட ஆசை...
இறுதியில் நிம்மதியைத் தேடி ஓட ஆசை...

ஆசையை அடிப்படையிலானவை,
ஆசைப்படா மனிதனும் இல்லை...
அனுபவிக்கா மனிதனும் இல்லை...

-இந்திரலட்சுமி. இ

## ஆசை ஆசை ஆசை

வாழ்க்கை முடிய
உன்னுடன் வாழ ஆசை

ஆசை ஆசை ஆசை
என் கவலைகளை
உன்னிடம் கூறி அழ
வேண்டுமென்று ஆசை

ஆசை ஆசை ஆசை
உன் இன்பத் துன்பங்களில்
நானும் பங்கேற்க ஆசை

ஆசை ஆசை ஆசை
உன் மடியில் படுத்து
உறங்கிட ஆசை
ஆசை ஆசை ஆசை
உன்னோடு சண்டை போட ஆசை

ஆசை ஆசை ஆசை
உன்னோடு சேர்ந்து
பயணம் செய்ய ஆசை
ஆசை ஆசை ஆசை
உன் வாழ்க்கையில்
உதவி செய்ய ஆசை

ஆசை ஆசை ஆசை
உன்னுடன் சேர்ந்து பாட்டு பாடி
நடனமாட ஆசை
ஆசை ஆசை உன்னோடு சேர்ந்து உணவு உண்ண
ஆசை உன்னோடு சேர்ந்து
ஓடி விளையாட ஆசை

ஆசை ஆசை ஆசை
உன்னோடு சிரித்து பேசிட ஆசைஅதேசமயம்
கோபமாகவும் பேசிட ஆசை
ஆசை ஆசை ஆசை
உன்னை அடிக்க ஆசை அதேசமயம் உன்னை
அணைத்திட ஆசை
ஆசை உன்னிடம் என் ஆசைகளை கூற ஆசை

ஆசை ஆசை ஆசை
நான்கு சக்கர வாகனங்களில்
உன்னை ஏற்றி
உலகம் சுற்றிட ஆசை

ஆசை ஆசை ஆசை
உன்னை விமானத்தில்
கூட்டிச் சுற்றுலா செல்ல ஆசை

ஆசை ஆசை ஆசை
உனக்கு ஆங்கிலம்
கற்றுத்தர ஆசை
பிறந்தநாளின்போது
உன்னுடன் சேர்ந்து அனைவருக்கும் உணவளித்தது
ஆசை

ஆசை ஆசை ஆசை
உனக்கு என்னால்
முடிந்த ஆடைகளை
எடுத்து தர ஆசை
ஆசை ஆசை ஆசை
உன்னோடு தனியாக இருக்க ஆசை
உன் உயிரில் கலந்திட ஆசை

அத்தனை ஆசைகளையும்
நிறைவேற்றும் என் ஆசைத் தாயே!
என்றும் நீ என்னோடு இருக்க ஆசை

அம்மா!
உன் உள்ளே இருந்து
உதிரம் பெற்று
இந்த உலகத்துக்கு வந்தவள்
நான் உன் அன்பு குழந்தையே!

- மு.ஹர்ஷினி

## ஆணின் ஆசைகள் ஏராளம்.

ஐந்து வயதில் பதுமையுடன்
விளையாடத்தான் ஆசை!
பத்து வயதில் நன்றாக
படிக்கத்தான் ஆசை!
பதினைந்து வயதில் வாழ்வை
சற்று ஆனந்தமாய் வாழத்தான் ஆசை!
பதினெட்டு வயதில் என்னவளை
ஓரக்கண்ணில் ரசிக்கத்தான் ஆசை!
இருபது வயதில் அவளையே
காதலிக்கத்தான் ஆசை!
இருபத்துமூன்று வயதில் வாழ்வில்
ஏதேனும் சாதிக்கத்தான் ஆசை!
இருபத்துஐந்து வயதில் காதலித்தவளையே
கரம்பிடிக்கத்தான் ஆசை!
கரம்பிடித்தவளை கண் கலங்காமல்
காப்பாற்றத்தான் ஆசை!
மழலைச் செல்வங்களை
அள்ளி அணைக்கத்தான் ஆசை!
அவர்களின் வாழ்வை
முன்னேற்றத்தான் ஆசை/
அவர்களுக்காகவே வாழத்தான் ஆசை/
இப்படி ஆணின் ஆசைகள் ஏராளம்!

- தமிழ்மகன் சிவபிரகதீஷ்

# என் சின்ன சின்ன ஆசை

என் தாய் மன்னில் பிறக்க ஆசை!
என் தாய் நாட்டிற்காக வாழ ஆசை!\
என் தாய் மொழிக்காக சேவை செய்ய ஆசை!
அப்துல் கலாம் போல் இல்லை என்றாலும் சிறந்த
ஆராய்ச்சியாளர் ஆக இருக்க ஆசை!
திருவள்ளுவராக இல்லை என்றாலும் திருக்குறளாக
இருக்க ஆசை!
காமராஜர் இல்லை என்றாலும்
கடமை வீரராய் இருக்க ஆசை!
பெரியாரால் இல்லை என்றாலும் மூடநமிபிக்கையை
ஒழிக்க ஆசை!
டாக்டர் அம்பேத்கர் இல்லை என்றாலும்
சட்ட ஒழுங்கை சீர்திருத்த ஆசை!
பாரதியார் இல்லை என்றாலும் அவர் பாடல் வரிகளாக
இருக்க ஆசை!
நாட்டிற்கு சேவை செய்ய முடியா விட்டாலும்
பள்ளியில் சிறந்த மாணவனாக ஆசை!

பெயர்:லெ.சு.பவன் பிரணவ்

வகுப்பு: ஒன்பது

மாவட்டம: திருச்சி

# காதல் காகிதத்தின் விந்தை

சொல்லில் அடங்காத
மொழிக்கத் தெரியாத
பேச்சினால் இனங்காத இணக்கம்
எண்ண முடியா மாற்றத்தின்
அச்சம் யாவையும்
உனது கூர்முனையால் தழுவி
எந்தன் கொள்ளைக் கொண்ட
இருதயத்திற்குக் கருவியாகி
என் உணர்ச்சிமிக்க வாக்கினை
உந்தன் முனைப்புடன்
உயர்த்தெழுகச் செய்து
எந்தன் காதலைப் பூர்த்தி செய்ய
வடிவம் கொடுத்து ஒப்புமைப் பாராட்டி
தூரிகைக் கொண்டு பற்பல
வண்ணங்களை திரட்டி
அவளின் அழகிற்கு ஈடாய் ஒப்பனைச் செய்து
ஆகச் சிறந்த படைப்பாய் செதுக்கி
உந்தன் மையினைக் கொண்டு
மெழுகாய் கரைந்து
அவள் இமைதனில் இக்காகிதம் சூழ
எந்தன் கேள்விக்கான விடையினைச் சமர்ப்பிக்க
அவையாவும் எந்தன் வாழ்வில் கரம்கோர்க்க!.

- ப.ஹரிணி (kaviyin_kadhali)

## ஆசை தந்த அதிர்ச்சி

ஆசையென்னும் ஆடைகுள்ளே
தன்னை நுழைக்காதவரும் உண்டென்றால்,
சாத்தியமுண்டோ ஆசைகளே ஆயுள் வரை
அடக்கி ஆள்கிறாய்!
நீ என்னைக் கரம் பிடித்த
முதல் நொடி ஏதென்று,
அரைநிமிடம் உரைப்பாயா?
கருவறையில் நீ இருந்தாய்,
உன் தாயின் கற்பனையில்
நான் இருந்தேன் !
கற்பனையின் பூக்கள்
கருவறையில் மனம் வீச!
நானும் உன்மீது மெதுவாக உரசிச் சென்றேன்!"
சொன்ன பதில் கேட்டு,
வாயடைத்து நின்றேன் நான்!
கண்ணாடிக்குள்ளே மீன் போல,
என் ஆசையும் எனக்குள்ளே
வெளிச் செல்ல ஏங்குகிறதே!
பார்ப்பவை எல்லாம் கண் பறித்தால்
என்னென்று சொல்வேன் நான் ,
ஆசைகளே உங்களில் பாதி
அத்தியாவசியம் அல்ல ஆடம்பரம் என்று!

-  தே.ஷாரிகா

# ஆசை முடிப்பேன்

வெண்ணிலாவுக்கு சென்று சாயம்
பூசிய வீடு கட்ட வேண்டாம்!...
மண்ணால் வேர்வையில் கட்டிய
வீட்டில் பணச்சாயல் இன்றி !...
வாழ வேண்டும்....

அரிசி கோலமிட்ட வாசலில்
புடி சோறு பகிர்ந்து உண்டு
களைப்பு தீர..
வெண்ணிலாவை ரசித்திட வேண்டும்!.

நகையும் பட்டுதுணியும் உடுத்தி
பெருமை பேச வேண்டாம்!
புன்னகையோடு மலர்தொடுத்து..
பருத்தி துணி இடை தழுவ.
இன்புற்றிருக்க ஆசை...

தாயின் கருவறையை
சுற்றி பார்த்திட ஆசை!
என் கால் பதித்த முதல்
பூமி அவளது அல்லவா!

ஓயாமல் என் பசி தீர
என்னை சுமந்த நாளிருந்து
அன்னதரசியாக இருப்பவளுக்கு
ஒரு கோவில் இல்லை என்றாலும்
ஒரு வேலை என் உழைப்பில்
அன்னமிட ஆசை! கொண்டேன்.

காய்ச்சின கைகளுக்கு
பின்னிருக்கும்
வலியுணர ஆசை!

அன்றாவது என்
தந்தையின் வலிஉணர்ந்து
உழைப்பேன் என்று!
உணரும் நொடியில் அவர்கள்
ஆசையை முடிப்பேன் என்று.....

- Aswini M

# எனக்கான தீராா ஆசை

அதிகாலையெழுந்து பல்துலக்கி படித்து;
குளத்து குளிர்நீரில்
நீந்தி விளையாடிட ஆசை..

பழயசோறும் ஊறுகாயும் பசிக்குண்டு
சீருடை உடுத்தி படியச்சீவிட ஆசை..!
கஞ்சி, இட்லி, தோசை, எலுமிச்சை, புளியோதரை,
தயிர் சாதமோ மதியத்திற்கு கட்டிக்கொண்டு ஓட்டமும்
நடையுமாய் பள்ளிக்குச்சென்றிட ஆசை..!

எங்கள் ஊரின் ஒற்றையடி பாதையிலே,
வழிநெடுகும் கரும்புக்காடு;
பசும்புல் பனம்பழ வாசம் என்னை
பின்தொடர்ந்து வர ஆசை..!

ஓடும் வாய்க்கால்நீர் சலசலப்பும் கொஞ்சும்
வண்ணப்பூக்களின் வனப்பும் என் மனம் இழுத்திட
ஆசை..!

இடையிடையில் வருந்தோப்பில்
குயில்கூவி என்னை அழைப்பதை
இரசித்திட ஆசை...!

நான் கடக்கும் பாதையிலே,
பசுமரங்கள் அடர்ந்திருக்கும்;
பறவைகள் அமர்ந்திருக்கும்;
சலசலப்பு கேட்டிடவே சிலிர்த்தெழுந்து ஓடிவர ஆசை..!
//

கண்ணுக்கெட்டும் தூரம்வரை வயல்வெளிகள்;
பரந்திருக்கும் வாய்க்காலின் வரப்புவரை
நீர் தலும்பிநிற்பதை கண்டிட ஆசை..! //

நாற்றுகள் பசுமைபிடிக்கும்;
கண்ணுக்குள் குளுமையடிக்கும்;
வளர்பயிரின் வாசமடிக்கும் வழிகடந்துவர ஆசை..! //

நான் படிக்கும் பள்ளிப்பாடங்களில்
அந்நிய மொழிகளைத்தவிர்த்து
செம்மொழியான தமிழை மட்டுமே
கற்றிட ஆசை..! //

என் ஆசிரியர்கள் குரலிலோ
கம்பீரம் கலந்திருக்கும்;
குறும்புகள் பலவும்செய்து
ஆசிரியர்களின் பிரம்புகள்
பிய்த்திட ஆசை..! //

சகநண்பனிடம் சிறுவம்புகள் சிலசெய்து
வசைகளை வாங்கிட ஆசை..!

பள்ளி முடிந்திடவே
வீட்டுக்கு சிட்டாய் பறந்திட ஆசை..!

அந்திசாயும் வேளையிலே,
ஓடியும் ஒளிந்தும் விளையாட ஆசை..!

இஞ்ஞனம் இயற்கை அலங்கரிக்கும்
இளமைக்காலமெல்லாம்;
என் இதயக் கூட்டுக்குள் மழலைச்செல்வமாய் வாழ
ஆசை..!

என் தீராஆசை
எப்போது தீருமோ
என்கவியே சொல்..?

- கவிஞர் பாரதி பாஸ்கி
காரைக்குடி

# வருடும் இறகுகள்

மனதின் விளிம்பில் நிற்கும் ஆசையின் ஓசைகள்,
மனிதனை உயர்த்தி விடுகிறது...
எனக்கும் தான் ஆசை,
காற்றுக்கு கடிதம் எழுத ஆசை,
வானவில்லை குடையாய் பிடிக்க ஆசை
மழைதுளியை நிறுத்தி பார்க்க ஆசை
உலகை திருத்தி பார்க்க ஆசை
நிலவுக்கு வண்ணம் தீட்ட ஆசை
நில்லாமல் உலகை சுற்ற ஆசை
ஆசைக்கெல்லாம் அரசியாய் இருக்க ஆசை
பேதங்கள் இல்லாமல் இருக்க ஆசை
ஆனால்...
பேதை மனம் கடைசியாக எழுப்பிய கேட்டு ஆசைகள்
வாயடைத்து போய்விட்டது....

ஆசையால் அதிகம் அடையும் மனிதன்
ஆம்
அதிகம் அழவும் செய்தான்

காருக்கு ஆசைப்பட்டு
கால்களை மறந்து விட்டான்
அரண்மனைக்கு ஆசைபட்டவன்
ஆறடி இடத்தில் தானே படுத்துக்கொண்டான்

விண்வெளியில் பாதை செய்தவன்
புல்வெளியில் போர்டு தானே வைத்தான்

ஆடம்பரத்தை நாடியவன்
ஆதிபரமனை மறந்து விட்டான்
உண்மையில் ,

ஆசைகளை அளவாய் கொள்ள வேண்டும் என்பதே
ஆகசிறந்த ஆசை.....

ஆசைகளும் ஆசைப்படும் வாழ்வு வாழுங்கள்.

- வல்லினம் அபிராமி

## அகம் சொல்லும் ஆசைகள்....

மின்மினிக் கூட்டம் நடுவே..
ஒருநாள் வாழ ஆசை..
மின்மினியாய்...

சிற்றுயிரின்
சிறுநகையை
அதன் பக்கம் இருந்து
ரசிக்க ஆசை....

மோதி உடையும்
மேகத்தை...
மலையின் மீது
அமர்ந்துணர ஆசை...

பூ தொடுக்க
உதவும் நாராய்
நாளும் பிறக்க ஆசை...

அகம்பாவம் இல்லா
மனதுடன்
ஐம்பது வருடம்
வாழ ஆசை....

எண்ணங்களை
ஏட்டில் பிரதிபலிக்கும்
எழுத்தாய்...
நானும் மாற ஆசை...

பாகுபாடின்றி
வழியும்
கண்ணீராய்...
கண்ணின் மணியில்
கரைய ஆசை...

சேர்த்து வைத்த
கனவுகள் யாவும்..
ஒருநாளில்
நிகழ ஆசை....

- தமிழரசன் ரா
  சேலம்

# ஆசைப்போர்

தேவைகள் தீரா வாழ்க்கை தனிலே
படையெடுத்து வந்து நிற்குதே இந்த
ஆசைகள் யாவும்

ஒதுங்க நினைக்கும் என்னையும்
இழுத்து பிடிக்குதே சில நேரம்
விட்டு விலகவே நினைக்குது மனமும்
விட மறுக்குதே ஆசைகள் பலவும்

அர்த்தம் சேர்க்கும் ஆசைகள் சிலவும்
ஆர்ப்பரித்து நிற்கும் வீண் ஆசைகள் பலவும்
வலையில் சிக்கிய மீனை போல
சிக்கிக் கொண்டேன் இதனுள் நானும்

தேவைகள் தீர்ந்த பின்னும்
ஆசைகளுக்கான தேடல் தொடரும்....

_ஆசைகள் விலகா
_Maryam Ahamed Jeelani Sikkander

# ஆதியும் அந்தமும் ஆசையாலே

நிரப்பப்படாத குவளையாய்
நிரம்பி வழிகிறது ஆசைகள் !!

எல்லைக்குள் இடறும்
விதியாய் அறைக்குள் அடைபட்ட பட்டாம்பூச்சியாய்
அலசப்பட்ட ஆசைகள் என்னை கண்டெடுத்தது!!

மதுவை தொட மறுத்து
மகனை கொஞ்சும் தந்தை
முகம் காண ஆசை! !

மனதிற்குள் மட்டும் கதைத்துக்
கொண்டு புலம்பெயரும் நினைவுகளை புரிந்து
கொள்ளும் உறவு
கிடைக்க ஆசை !!

சமூகத்தின் பார்வையில் தூசிகளையும்
துரும்புகளையும் கண்ணை
கலங்கவிடாமல் எடுப்பேன்!!

விழத்தப்பட்ட அணுவின்
விடுதலை சுதந்திரம்
நீயும் நானும்!!

உள்ளுடாய் பயணித்தால் புத்தனுக்கும்
போதனை வேண்டும்
ஆசையை அடக்க ஆசைப்பட்டானே!

தவளுவதில் தரம் உயர்த்து
தடுக்கி விலகாமல் இருப்பாய்
ஆசைகளை தரம் உயர்த்த
அனுபவம் கற்பாய்!!

மாசுக்களுக்கு வடிகட்டியின் மேல் கோபம்
ஆசைகளுக்கு ஏழ்மையின் மேல் சாபம்!!
முடமதன் முயற்சி தடம் பதிக்கும்
முன்னேறும் ஆசைகள் வெற்றி வடமிழுக்கும்!!

பருவங்கள் கிழத்தியின்
பார்வை பதைக்கும்
அடிகோலிய ஆசை மீசை துடிக்கும்!!

சன்னதியில் கூட சாதி இருக்கிறது
எரி மேடையில்
எரியும் பிணவாடையில்
ஆசைகள் அடங்கிவிட்டது!!

- மா.வசந்த்குமார்
பொள்ளாச்சி

# ஆசைகள் பலவிதம்

ஆழ்மனதில் பொங்கும் உணர்ச்சி ஆசையாகும் !
தாய்மையுள்ளத்திற்கு தவழும்
குழந்தைகள் மீதாசை !
தனித்துவிடப்பட்ட குழந்தைக்கு
தாயைக்காண ஆசை !
பிரிவிலுள்ள காதலர்களுக்கு இணையவேண்டுமென்ற
ஆசை !
தலைமகனுக்கு தந்தைக்கு ஓய்வளிக்க ஆசை !
உழவனுக்கு வரண்டயிடத்தில்
வளர்ச்சிக்கான ஆசை !
ஊமையனுக்கு வாய்திறந்து பேச ஆசை !
தனிமை உள்ளத்திற்கு வசந்தம் வேண்டுமென்றாசை !
எழுதும் கவிஞர்களும் எண்ணற்ற ஆசை !
ஆசைகளை பட்டியலிட பக்கங்கள் போதாது !
அளவறிந்து வரும் உணர்ச்சி ஆசையாகும் !
அளவில்லாமல் பொங்கும் உணர்ச்சி பேராசையாகும் !
ஆசையை விரும்பு பேராசையைத் தவிர்த்திடு !
அளவான ஆசையே அமைதியான வாழ்க்கையளிக்கும்
!


- வெ.நந்தகிருஷ்ணா

# மழையில் நனைய ஆசை

கொட்டும் மழையில் நனைய ஆசை
ஓசையின்றி ஓடிச் சென்றவனை
தடுத்தது அன்னை அவள் குரலோசை;
பேராசை அவளுக்கு
என் நலன் காக்க;
பயந்து நடுங்கியதாய்
பாசாங்கு செய்து;
ஓடிச்சென்ற கால்கள்
ஓரம் ஒதுங்கின!
என் ஆசை தவிர்த்து
அடங்கி போனேன்
என் அன்னை அவள்
அமைதி கொள்ள....

- இவண் விக்னேஷ்

# ஆசை

நதி அருவிகளில் நீந்தி மகிழ்ந்திட ஆசை!
நிற்காமல் நீண்ட தூர பயணம் செய்ய ஆசை!
பச்சைப்பசேல் புற்களில்
தவழ்ந்து விளையாட ஆசை!
பச்சை குதிரை தாண்டி சிரித்து
மகிழ்ந்து விளையாட ஆசை!
காடுகளின் நடுவில் வீடு
அமைத்து வாழ்ந்திட ஆசை!
காடுமேடுகளில் துள்ளி வாழ்ந்திட ஆசை!
உழவனாய் விவசாயம் செய்திட ஆசை!
வாத்து கோழி மாடு வளர்த்து அவற்றிடம்
பேசி மகிழ்ந்திட ஆசை!
கம்பெடுத்து சிலம்பம் சுற்றிட ஆசை!.
மாலை நேர கடல் அலைகளை ரசித்திட ஆசை!
ஆல் கடலில் மூழ்கி முத்தெடுக்க ஆசை!
அருணாச்சலேஸ்வரின்பாதம் பணிந்து விட !
தினமும் ஏழை ஒருவருக்கு
உணவளித்திட ஆசை
மழைநீரில் குடை இல்லாமல் செல்ல ஆசை!
என்றைக்கும் தந்தைக்கு சிறு மகளாக இருந்திட ஆசை!
ஆசை! ஆசை! ஆசை!
வளர்ந்துகொண்டே!

- ம.வனிதா குமணவேல்

## எனக்கு சில ஆசைகள்...

காலையில் அலாரம் அடிக்காமல் போக ஆசை;
அம்மாவிடம் திட்டு வாங்காமல்
காபி குடிக்க ஆசை;
கல்லூரி பேருந்து 10 மணிக்கு வர ஆசை;
கத்தி விசில் அடித்து படம் பார்க்க ஆசை;

தனி அறையில் பாட்டு போட்டு ஆட ஆசை;
பிடித்ததை எல்லாம் ஒரே நேரத்தில்
சாப்பிட ஆசை;

பிடித்த பெண் தேடி வந்து பேச ஆசை;
கல்லூரியில் பிரபலமாக இருக்க ஆசை;
ரோஜாவுடன் முட்டி போட்டு
காதலை சொல்லும் ஒருவர் கிடைக்க ஆசை;

அழகான பெண்ணின் நட்பும் அன்பான பெண்ணின்
காதலும் கிடைக்க ஆசை;
முகநூலில் 100 பிறந்த நாள் வாழ்த்துக்கள்
பெற ஆசை;
நாள் முழுவதும் கடல் அலைகளில் கால் நனைக்க
ஆசை;

சூரியன் உதிப்பதையும் மறைவதையும் நேரில் பார்க்க
ஆசை;
அழுக்காத உறவுகள் கிடைக்க ஆசை;
10 நண்பர்களுடன் சேர்ந்து ஒரு நண்பனை கலாய்க்க
ஆசை:

இருட்டு அறையில் பேய் படம் பார்க்க ஆசை;
கோடிஸ்வரனாக ஒரு நாள் வாழ ஆசை;
வாழ்கையில் செய்த தவறுகளை எல்லாம் திருத்திக்
கொள்ள ஆசை;
இளமையான தோற்றம் எப்போதும்
நிலைக்க ஆசை;

கடவுளை நேரில் ஒரு முறை பார்க்க ஆசை;
நெடுஞ்சாலையில் ஒரு நீண்ட பயணம்
செல்ல ஆசை;
காட்டு பகுதிக்கு சுற்றுலா செல்ல ஆசை;

நிலவொளியில் தாஜ் மகாலை பார்க்க ஆசை;
வெளி நாடுகள் பல சென்று வர ஆசை;
அருவியில் அளவில்லாமல் குளிக்க ஆசை;
எப்போதும் மகிழ்ச்சியாக இருக்க ஆசை;

இவை அனைத்தும் என் வாழ் நாள் முடிவதர்க்குள்
நிறைவேற ஆசை!

- கவிஞன்.இரா சதீஷ் குமார்

## "மாற்றங்களை தேடும் ஆசை"

இல்லாதவர்களுக்கு இயன்றதை கொடுத்து புன்னகை
காண ஆசை......

விபத்தில் கிடப்பவனை கண்டும் காணாமல்
செல்லாமல் ஓடி உதவிட ஆசை.....

ஆதரவற்றவர்களுக்கு  ஆறுதலான வார்த்தைகள்
கூறிடவே ஆசை....

வீதிகளில் வீசப்படும் குழந்தைகள்
குறையவே ஆசை....
முதியோர் இல்லத்தில் இருக்கும்
முதியவர்களை தாத்தா பாட்டிக்காக ஏங்கும்
குழந்தைகளிடம் சேர்ந்திடவே ஆசை.....
விவாகரத்து இல்லாத
நீதிமன்றங்களை காணவே ஆசை...
படிக்க ஆசைப்படும் ஏழை பிள்ளையை பள்ளியில்
சேர்ந்திடவே ஆசை...

உண்டியலில் சேருபவை அனாதை ஆசிரமங்களுக்கு
கொடுக்க
உத்தரவு வர ஆசை....

ஆயுசு முழுக்க நல்லா இரு என வாழ்த்துபவர்களுடன்
அரை நாள் காலத்தை போக்கிட ஆசை.....

முடங்கி கிடப்பவனை என் எழுத்தாணியால் வெற்றி
வாகை சூட வைக்க ஆசை.....
கனவுகள் நனவாகும் நாட்களை
எண்ணியே
என் ஆசை.....

-   இளங்கவி. சு. தீபிகா

## ஆயுட்கால ஆசைகள்

ஆசை ஆசை
ஆசையில்லா மனிதன் இல்லை
ஆசையே இல்லை என்றால் துறவி என்பார்கள்
ஆசையென்பது
அளவோடு இருந்தால்
யாருக்கும் இல்லை பிரச்சனை
பேராசை என்பது தான்
பேராபத்து
பிறந்த குழந்தைக்கு தவழ ஆசை
தவழ்ந்த பின்பு நடக்க ஆசை
நடந்த பின்பு பேச ஆசை
பேசிய பின்பு படிக்க ஆசை
மாணவனுக்கு மதிப்பெண் மீது ஆசை
மதிப்பெண் எடுத்த பின்
பிடித்த பாடம் படிக்க ஆசை
படித்து முடித்ததும் வேலை கிடைக்க வேண்டும் என்று
ஆசை

வேலை கிடைத்ததும்
சொத்து சேர்க்க ஆசை
இப்படி வாழ்நாள் முழுவதும்
ஆசைப்பட்டே
ஆயுள் கழிகிறது!!!

- கவிச்செம்மல். ஆ.நித்ய கல்யாணி

## ஆசைப்படுகிறேன்..!

துரோகம்
அறியாக்காட்டில்
ஒரு பறவை போல
சுதந்திரமாக வாழ ஆசைப்படுகிறேன்....!

வனமெங்கும் பாயும்
ஒரு நீரோடபோல
பாய்ந்து செல்ல
ஆசைப்படுகிறேன்....!

பறவைகளின் சப்தங்களுக்கு
இடையில் பேரமைதி போல
தியானம் செய்ய ஆசைப்படுகிறேன்....!

புலரும் காலைப் பொழுதில்
ஒரு பனித்துளி போல உற்சாகமாக இருக்க
ஆசைப்படுகிறேன்...!

ஆதலால்ஆசைப்படுகிறேன்.
இன்னும் கூட..!

அ. செல்வராஜ்.
உடுமலை

# இறந்தகாலம் திரும்புமா

ஆசைகளை வண்ணம் தீட்டி,
உயிர்ப்பு கொடுக்க விளைந்தாளோ...!
கடந்து வந்த காலத்தில்,
திரும்ப செல்ல ஏங்குதே...!
பள்ளிப்பருவ நாட்களை மீட்டு,
களத்தில் இறங்க சொல்லுதே...!

விருப்பம் கொண்ட பாடத்தில்,
சதத்தை எடுத்து மகிழ்ந்தோமே...! விளையாட்டாய்
இருந்த பாதையில், வழிகள் மாறி பிரிந்தோமே...!

நட்புகள் மலர்ந்த
வகுப்பறையில்
மீண்டும் கால்பதிக்க வேண்டும்...!
ஒன்றாய் கூடி ஒருநாள் ரசித்து,
மதிய உணவு உண்ணவே...!

தீராத ஆசைகள் மனதோடு...
மாறாத நாட்கள் நமதோடு...
ஆசைகள் எல்லாம் அலையாகவே...
இறந்த காலத்தில் வீசுகின்றது...!

- ரஞ்சனி பழனிசாமி

## ஆசைப்பட்டதே! என் ஆசைகளும்...

நிறைவான உறவு
அவன் அகத்தில்!

நிம்மதியான உணர்வு
அவன் கையணைவில்!

நிசப்தமான வாழ்வு
அவன் உள்ளங்கையில்!

நிமிர்வான பயணம்
அவன் நம்பிக்கையில்!

நித்திரையின் தேவை
அவன் மடியில்!

நித்தம் நித்தம்
எனை நினைத்து,
நிமிடம் தவறா
எனை காத்து,

உயிருக்கு நிகராய்
உயிருக்கு உயிராய்

அன்போடு வளர்த்த
தந்தைக்குள் தஞ்சம்
புகுந்து - மார்பினில்
துயில் கொள்ளும்
மழலையாக வாழவே
ஆசைப்பட்டதே!
என் ஆசைகளும்...

- மாயாதி

## ஆசையின் உலகம்...

எட்டாத வானை கைகளால்
எட்டி பிடிக்கவே ஆசை;
எல்லோருக்கும் எட்டும் படி
என்
எழுத்துக்கள் அமையவே ஆசை;


என் பேனா முனையின் தேடல்
சிறந்த கவிதைகளாகவே ஆசை;


உண்மையான உறவுகளின் அன்பினில்
மூழ்கி குளித்திடவே ஆசை;
முன் விட்டு பின் தாக்கும்
மூடர்களின் வலையில்
விழாமலிருக்கவே ஆசை;


குழந்தைப் பருவத்திற்கு
திரும்பச் சென்று
குழந்தையாகவே வாழ்ந்து
விட ஆசை;


காதல் கணவனோடு
கடற்கரையில் கைகோர்த்து
நடந்திடவே ஆசை;
இயல்பு நிலைக்கு இவ்வுலகம் திரும்பி
இயல்பு வாழ்க்கை வாழ்ந்திடவே ஆசை;


பார்க்கின்ற இடமெல்லாம் பசுமையால்
நிறைந்திருக்கவே ஆசை;
நிலவிருந்து புவியின் அழகினை
ரசித்திடவே ஆசை;

விண்வெளிக்குச் சுற்றுலா சென்று
வரவே ஆசை;
குற்றங்களற்ற உலகில் கூடி
வாழ்ந்திடவே ஆசை;

வருடங்கள் சென்றாலும் வயதாகாமல்
இருக்கவே ஆசை;
இணையத்தோடு இணைந்த இவ்வுலகில் மீண்டும்
இயற்கையோடு இணைந்து வாழவே ஆசை;

எண்ணற்ற ஆசைகளெல்லாம் என்றாவது
ஒருநாள் நிறைவேறிடவே ஆசை;

- உயிர்த்தெழு நதியா.

## வாழ்க்கையும் ஆசையும்

பாரதம் சுற்ற ஆசை !
    பாரெங்கும் சுழலவும் ஆசை !

யாழிசைக்க ஆசை !
    அதை யாவரும் ரசிக்க ஆசை !

பல நூல் அறிய ஆசை !
    சிறு நூலகம் அமைக்கவும் ஆசை !

கன்று நட ஆசை !
    நட்ட கன்றினில் கனி சுவைக்கவும் ஆசை !

முதுமை பயணம் போக ஆசை !
    உடன் நண்பன் வரவும் ஆசை !

காலையில் கணினி தொட ஆசை !
    மாலையில் வயல் திரியவும் ஆசை !

ஹைக்கூ படிக்கவும் ஆசை !
    நெடுங்கட்டுரை படைக்கவும் ஆசை !

என் ஆசையெல்லாம் கவிதையாய்
    இவ்வுலகம் ரசிக்க ஆசை !
                    - வீ.சபரிகிரிநாதன்

# வேண்டும்! வேண்டும்!

அந்த மீரா கண்ணனுக்காக காத்திருந்தாள்
இந்த கண்ணன் - என் விழாவுக்காக
காத்துக்கொண்டிருக்கிறேன்...
எங்கள் முத்தங்களுக்கு சத்தமிட தெரியாது அதனால்
தான் கொள்ளை ஆசையாய் அவளுடைய
கன்னங்களில் நான் நீர் பாய்ச்சும்போது எங்களை
யாரும் திரும்பிப் பார்க்கவில்லை!!
எங்கள் கண்கள் நான்கும் நேருக்கு நேர் பார்த்துக்
கொள்ள வேண்டும்..
விரல்கள் யாவும் ஒன்றை ஒன்று தீண்டி கொள்ள
வேண்டும்...
என் கடை கண்களால் அவளின் தொடை இடையில்
சேலை
நழுவு வதை நான் கண்டு ரசிக்க வேண்டும்,,
அவளின் தேகத்தோடு உரசி தங்க முலாம் பூசிக்
கொள்ளும்
அவளின் காதணியின் ஆட்டத்தை நான் கண்டு ரசிக்க
வேண்டும்,,
கழுத்தோரம் வழிந்தோடும் வியர்வையை துடைக்க
என் கை பறக்கவேண்டும்,,
அவல் கைபிடிக்க வேண்டும்,,
கடல் அலையில் கால் நனைக்க வேண்டும்,,
என் மூச்சுக்காற்று அவள் மீது படவேண்டும்,,
அந்த காற்றின் வேகத்தில் அவள் கூந்தல் கலைய
வேண்டும்,,,

அவள் பாதத்தை என் கைகளில் தாங்கிட வேண்டும்,,
நடக்கும் அழகை ரசிக்க வேண்டும்,,
அவள் மீது பைத்தியமாக வேண்டும்,,
அவள் வருகைக்காக கால் கடுக்க காத்திருக்க
வேண்டும்....
நெஞ்சுக் கூட்டில் படுக்கவேண்டும்,,
மார்புச் சூட்டில் கலக்க வேண்டும்,,,
என் குளியலறையில் அவள் வாசனை வீச வேண்டும்,,,
அவள் குங்குமம் என் சட்டையில் பற்ற வேண்டும்,,,
அவள் இதழ்களை பற்ற வேண்டும்,,
காது கடித்திட வேண்டும்,,
என் கட்டிலின் கால்கள் ஆட வேண்டும்..
அவள் கூந்தல் வாசனை அறிய வேண்டும்,,,
கூந்தல் பூக்கள் என்னால் கசங்க வேண்டும்,,,
என் தலையணை பஞ்சுகள் தாறுமாறாய்
பறக்கவேண்டும்,,
என் மெத்தைக்கும் மூச்சு வாங்க வேண்டும்....
போதும். போதும் என் ஆசைக்கு
முற்று புள்ளி வைக்கிறேன்...
கட்டிலில் இல்லை!

- ஆ. சத்யா
( கண்ணனின் மீரா )

# கடந்து வந்த பாதையில் மீண்டும் பயணிக்க ஆசை

தாயின் கருவறையில் பாதுகாப்பாய்
இருந்திட ஆசை....
தந்தையின் தோள்களில்
தவழ்ந்திட ஆசை...

அழுது கொண்டே சென்ற பள்ளிக்கு
அம்மாவின் கைப்பிடித்து
மீண்டும் செல்ல ஆசை.....

ஆசிரியரின் பிரம்புக்கு
அஞ்சாது நிற்க ஆசை....
நண்பனோடு உணவை பங்கிட்டு
நட்பு கொள்ள ஆசை....

சாதி மத பேதமின்றி
சாகாவரம் பெற்ற
நட்பை பெற்றிட ஆசை...
சாலையை கடக்க இயலாதவரை
கரம்பற்றி வழிகாட்டிட ஆசை.....

மதுவால் வாடும் குடும்பத்தில்
மாற்றம் நிகழச் செய்ய ஆசை....

மாண்புமிகு சான்றோரை
மதித்து வணங்க ஆசை....
மாய உலகில் ஆசைக்கு
அடிபணியாது வாழ ஆசை....
மனிதனை மனிதனாய் போற்றிட ஆசை....

வஞ்சக குணம் கொண்டவரின்
வாஞ்சையை வதைத்து அழித்திட ஆசை....

இழந்த உறவுகளை மீண்டும் பெற்று
இன்புற்றிட ஆசை...

பேதமையில் பெண் சிசுவை
சிதைக்கும் நிலை மாற ஆசை ...
பெண்மையை பார் கொண்டாட ஆசை....
பள்ளி - கல்லூரி நட்புகள் என்றும்
தொடர்ந்திட ஆசை

பக்குவமாய் மனம் கொண்டு
பண்பு உள்ளவராய் வாழ்ந்திட ஆசை ....
என் வாழ்வில் புன்னகைக்காத நாட்களை எல்லாம்
திரும்பப் பெற்று!
புன்னகையோடு நிறைவாக்க
நித்தமும் சிறு ஆசை ...

திகட்டாத எம் செம்மொழி
செங்குருதி எங்கும்
பாய்ந்து பயணத்திட ஆசை....

அகிலம் உள்ளவரை
அன்னைத்தமிழ்!
 அரியணையில் மகுடம் சூடி
ஆண்டிட ஆசை....

மூடனும் முத்தமிழ் கற்றிட ஆசை....
முத்துமுத்தாய் கவிகள் பல எழுதிட ஆசை....

ஆசை! ஆசை !ஆசை!

கடந்து வந்த பாதையில் மீண்டும்
திரும்பிப்போக ஆசை ...
கவிஞர் கோகுல் காளியப்பனின்
முயற்சிகள் வெற்றி பெற ஆசை....

ஆசைகள் நிறைவேறிட வேண்டும் என்ற ஆசையில்.....
-      **மு.ஐஸ்வர்யா**,
**எம்.ஏ தமிழ்**,
**கிருஷ்ணகிரி**

## என்றும் உன் கண்ணில் வாழ ஆசைதான்

என்றும் உன் கண்ணில் வாழ ஆசைதான்
கண்ணீராக அல்ல
அக்கண்ணீராக
கரைந்துவிடவும் அல்ல

உன் கண்மணியின் ஓரத்தில்
என் முகம் தெரிய
வாழ ஆசைதான்

ஒரு முறை அல்ல
வாழ்நாள் முழுவதும்
உன் ஞாபகத்தில்...

எண்ணிலடங்கா பல பல ஆசை
அவன் கண்களைத் தவிர வேறு எதுவும்
அவனைப்பற்றி அறியாதவளாய் நான்...

என் மனதில் உள்ள எண்ணம் என்னவென்று அறிய
ஆசை இல்லை

ஆனால் அவன் மனதில்
நான் இருக்கும் இடம்
என்னவென்று அறிய
ஆசை தான்

உனக்காக ஓர் கடிதம் எழுத ஆசைகொண்டு
உன்னை மட்டும் நினைத்து எழுதுகிறேன் ...

கடிதத்தின் தொடக்கம் என் கனவுகளில் ஆரம்பம்...
கடிதத்தின் வார்த்தை அவனின் வருங்காலம்..

கடிதத்தின் முற்றுப்புள்ளி என் வாழ்க்கையில்
தொடக்கப்புள்ளி...

கடிதத்தின் இடைவெளி அவனுக்கும் எனக்கும் உள்ள
பிரிவின் சராசரி...

கடிதத்தில் உள்ள துணைக்கால் என் வாழ்க்கையில்
கிடைத்த வெகுமதி...

கடிதத்தின் கடைசி வார்த்தை அவனின் மொத்த
அன்பின் பிம்பம்...

கடிதத்தின் இறுதி புள்ளி என் வாழ்க்கையின் கடைசி
மணித் துளி...

- பத்மஸ்ரீ வெங்கடேஷ்

## மங்கையின் ஆசை

உன் ஆசைக்கு என்றும் இல்லை வேலி
உன் வாழ்க்கை நீ வாழ்வதற்கே!
கிடைத்த ஒரே வாழ்வையும்
தனக்காய் வாழாமல்,
உன்னை சுற்றியுள்ளவர்களுக்காக
வாழ்ந்தாய், உன் ஆசையும் கனவையும் துறந்து, இனி
எதற்கு?

உன் ஆசை எதுவோ அதற்கான
முயற்சி எடு, எங்கும் எதிலும் எல்லாம் நீ இருப்பாய்!
உன்னை சுற்றியிருந்த வேலியை அகற்றினால்!

உனக்கான பாதையை நோக்கி
விரைந்து செல்,
உன் ஆசையுடனும் கனவுடனும்,
உன் ஆசைக்கோ என்றும் இல்லை வேலி!

    - நந்தினி மாரப்பன்

# என் ஆசை நீயே!!

ஆசை!!
உன் விரல் கோர்க்க ஆசை!
கோர்த்த விரல்களோடு அக்னி
வலம் வர ஆசை!!
என் விடியல் உன்னில்
தொடங்க ஆசை!
உன் நெற்றியில் முத்தமிட ஆசை!
அந்த முத்த ஓசையில்
எனை மறக்க ஆசை!
உன் கொஞ்சல்களில் நனைய ஆசை!
அந்த கொஞ்சல்களில் உலகை
மறக்க ஆசை!
என் விழிகளில் உனை
சிறைசெய்ய ஆசை!
உன் உளறல்களை பதிவு செய்ய ஆசை!
காலமெல்லாம் உனக்கு
அடிமையாகிட ஆசை!
இந்த அடிமையின் அரசன்
நீயாக இருக்க ஆசை!

- பிரியா

# ஆசைதான்

வெற்றியின் சுவையை ருசித்திட ஆசைதான்
வெள்ளை வானில் பறவை போல் சிறகை விரித்து
சுதந்திரமாய் பறந்திட ஆசைதான்
பிரிவினையற்ற சமுகம் கண்டிட ஆசைதான்
பிரச்சினை ஏதும் இல்லா வாழ்வினை ஒரு நாளாவது
வாழ்ந்திட ஆசைதான்
அறுசுவை உணவு அனுதினம் புசித்திட ஆசைதான்
அனைத்து தேசங்களையும் சுற்றிவர ஆசைதான்
இன்பமான வாழ்க்கை வாழ்திட ஆசைதான்
இவையாவும்
உலகை விட்டு என் உயிர் பிரிவதற்குள் நான்
காணவேண்டிய ஆசைகள்!

-   **KAARTHIKVEL V.S**

## ஆகச்சிறந்த ஆசைகள்

பிணமென பெயர் சூட்டி பெட்டியில் வைத்து
தீயிட்டு சாம்பல் ஆக்கி
அஸ்தியை ஆற்றில் கரைத்து
என் புகைபடத்திற்கு மாலை அணிந்து
ஒரு கூட்டமே எனக்காக கன் களங்க காத்திருக்கிறேன்
காரணம் ஆசை என்னை அழைத்தது...
கண் பார்வை மங்க
கால்கள் செயல் இழக்க
ஒட்டாத உதடில் உணவை உண்டு
பெற்ற பிள்ளையின் கையை பிடித்து
அன்போடு நான்கு வார்த்தை பேச காத்திருக்கிறேன்
காரணம் ஆசை என்னை அழைத்தது...
நான்கு பேருக்காக ஓடி உழைத்து
மன வலியையோடு உடல் வலிமை இழந்து
கடன் வாங்கி பெற்றதை கரை சேர்த்து
தண்ணீர் மட்டும் அருந்தி பசியை போக்க
காத்திருக்கிறேன்
காரணம் ஆசை என்னை அழைத்தது...
நேரத்தை வீணாக்கி
பொறுப்பு என்ற வார்த்தையை வாழ்வில் நீக்கி
தேவையற்ற விஷயத்தில் பணத்தை
செலவு செய்து
கூடா சவகாசம் வைத்து பட்டதெல்லாம் பட்டு
எப்போ தான் திருந்த போறியோ என்ற வார்த்தையை
கேட்ட நான் காத்திருக்கிறேன்
காரணம் ஆசை என்னை அழைத்தது...............

ஆகச்சிறந்த ஆசைகள்

முதல் நாள் உன்னை விட்டு பிரிய
நட்போடு உறவாடு என்று சொல்லி
வழி அனுப்ப
முதல் ஆசிரியராய் எனக்கு
அ சொல்லி கொடுக்க
சத்தான சாப்பாட்டுடன் தரமான கல்வியை பயில
காத்திருக்கிறேன்
காரணம் ஆசை என்னை அழைத்தது
தாயின் மடியில் தவழ
தந்தையின் முதுகில் உறங்க
நம் பெற்றோரால் இந்த உலகத்தை பார்க்க
காத்திருக்கிறேன்
காரணம் ஆசை அனைவரையும் அழைத்தது!

-    **கோ. கோகுலகிருஷ்ணன்.**

## ஆசை

ஏணியில் ஏறியதும் பறிக்க இது பழமல்ல:
உண்டதும் செறிக்க இது  உணவல்ல:
உறங்கியதும் வரும் கனவல்ல:
ஏடு பார்த்த நொடியல் எழுத கவினல்ல:
பார்த்ததும் சிரிக்க கோமாளி அல்ல:
கண்டவுடன் வரும் காதலும் அல்ல:
ஆம்,சிந்திக்க வைக்கும் சுரங்கம்;
வீழ்ந்து..வீழ்ந்து..பின் எழ
என் உழைப்பை நினைவூட்டும் பசி!
கனவாய் கலைந்து போகாது,
கல்வெட்டாய் பொதிந்து நிற்கும்.
குருதியும் வியர்வையும் ,
அமுதென ருசித்து
கஷ்டம் என்னும்ஓடையில் வீழ்ந்து
கல்லென கடினம் ஆகி
கபாலம் கடல் என ஆனது!
மிக எளிதில் கிடைத்த தோல்வி,
ஒரு நாளில் ஒரு இனத்தில்,
ஒரு நொடிப்பொழுதில் மாறும் நேரம்,
கண்ணீருடன் சிரிப்பு...
பேச நினைத்தும் வார்த்தை இல்லை.
இந்த வெற்றி நேரத்தை ருசிக்க ஆசை.

- ஸ்வேதா கஜேந்திரன்

# என் ஆசைகள்

என்னை பெற்று எடுத்தவரை
ஒரு சொட்டு கண்ணீர் சிந்தவிடாமல்
பார்த்துக் கொள்ள ஆசை...

தலைகுனிந்த விவசாயியின் வாழ்வும்
தலை உயர்ந்து வாழ்வதை
பார்த்திட ஆசை...

என்னவளின் கைகள் கோர்த்து
நீல வானம் தூரம் வரை
நடந்து செல்ல ஆசை...

மழை மேகத்தின் துளியில்
என்னை கட்டி அணைத்த படியே
பைக்ல் ஒரு ரைடு வர ஆசை...

என் கால் தரைபடும் தூரம் வரை
என்னவளின் நிழல் பட ஆசை...

இறக்கபோவதை அறிந்த பின்பே
மண்ணுக்குள் தூங்கிட ஆசை!

-- த. கவின்குமார்...

## யாவும் ஏக்கம்

"எழுழ் கொண்டு முயற்சி செய்திட ...
எட்ட முடியாத விண்மீனை எட்டியிட ...
வானில் திரியும் பறவைகளை போன்று
வானுயர பறந்திட...

வறுமை நிலை இல்லாத அகிலத்தை பார்த்திட!!
வானளவு முயற்சி செய்திட..
வியர்வைத் சிந்தும் உழைப்பாளர்களுக்கு
உரிமை கொடுத்திட!!

ஏழைப் பிள்ளைகளும்
பணக்காரர் பிள்ளைகளும்
ஒரே பள்ளியில் படித்திட...
சாதி சமயம் இல்லா
சமூகத்தை பார்த்திட ...
முயற்சி கொண்டு அகிலத்தை வென்றிட..
எல்லை இல்லா வானுடன் பேசிட ..
சுதந்திரமாக சுற்றி
திரிந்திட ..
யாவும் ஏக்கம்!!!
              - செ.சினேகா
திருப்பத்தூர் மாவட்டம்.

## நிறைவேறா ஆசை

ஒருமுறையேனும் சராசரி பெண்போல்
அனைத்து சந்தோசமும் அனுபவிக்க ஆசை
அப்பா என்று நம் பிள்ளையழைக்க
அன்பாய் நீ அவனை கட்டியணைக்க ஆசை
என் நிலையிலிருந்து என் உணர்வுகளை
ஏக்கங்கள்,ஏமாற்றங்கள்,தவிப்புகளை புரிந்துக்கொள்ள
ஆசை
ஆவலாய் உன் மடிசாய,அன்பாய் உன் கைகொர்த்து
நடக்க,ஒன்றாய் உணவுண்ண ஆசை
அதிகதிகமாய்  தினம்தினம் காதல்
கொள்ள,எவரிடமும் நீ என்னை
விட்டுகொடுக்காமலிருக்க ஆசை
நம் பிள்ளை உன் தோள்மேலெற அவனை நீ கொஞ்சி
விளையாட ஒன்றாய்
நாம் ஊர் சுற்ற ஆசை
என் கண்ணீர் துடைக்க,விழும்போது
கரம்பிடிக்க என் கனவுகள் நிறைவேற்ற
என்னுடனிருக்க ஆசை
பொய்த்துபோன வாக்குகளை நீ
நிறைவேற்ற,ஒருமுறையெனும் எனை நீ
முழுமனதாய் காதலித்து எனக்காக மட்டுமே வாழ
ஆசை!
  - சூ.லெயோ தெபோரா

# பொத்தி வச்ச ஆசை

வண்டியில் சென்றிட ஆசை
கிடைத்ததோ மிதிவண்டி...

கனவுகள் மெய்ப்பட ஆசை
பகல் கனவாய் மறைந்தன...

விரும்பியதை வாங்கிட ஆசை
காட்சிப் பொருளாய் கடந்தன...

வரலாறு படைத்திட ஆசை
வற்றாத கண்ணீர் தான் கிடைத்தன...

சிறகடித்துப் பறக்கத்தான் ஆசை
சிரமங்கள் வரிசை கட்டி நின்றன...

காசு பணம் இல்லனாலும்
ஆசைக்கொன்னும் பஞ்சமில்லை...
ஆசைக்கென்ன வேலியா இருக்கு
அடுக்கி செல்வோம்...

ஆசைகளைத் துறந்தவன் தான்
புத்தன்னு சொல்லுவாங்க
நாமும் புத்தன் தான் போல!!!

-அ.கீர்த்தனா அறிவழகன்